हिमालयातील दिवस

'गिरिप्रेमी'तर्फे आयोजित
ऐतिहासिक माउंट मेरू मोहिमेत
आलेले अनुभव
'इंडियन माउंटेनीयरिंग फाउंडेशन'च्या
वार्षिक सभेमध्ये भारतभरातील
कुशल गिर्यारोहकांसमोर
मांडताना उमेश झिरपे

हिमालयातील दिवस

उमेश झिरपे

सकाळ प्रकाशन

Himalayateel Diwas
© Umesh Zirpe, 2023

हिमालयातील दिवस
© उमेश झिरपे, २०२३

प्रथम आवृत्ती	:	डिसेंबर २०२३
प्रकाशक	:	सकाळ मीडिया प्रा. लि.
		५९५, बुधवार पेठ,
		पुणे ४११ ००२
शब्दांकन	:	नचिकेत जोशी
संपादन	:	ऐश्वर्या कुमठेकर
मुखपृष्ठ	:	शिवदास मोरे
मांडणी	:	यशोधन लोवलेकर

ISBN	:	978-81-19311-78-1
संपर्क	:	०२०-२४४० ५६७८ / ८८८८८ ४९०५०
		sakalprakashan@esakal.com

Disclaimer :
Although the author has taken every effort to ensure that the information in this book was correct at the time of printing, the author and publisher do not assume and hereby disclaim any liability to any party, society for any loss, damage, or disruption caused by errors or omissions, whether such errors and omissions are caused due to negligence, accident, amendment in Act, Rules, Bye laws or any other cause. The views expressed in this book are those of the Authors and do not necessarily reflect the views of the Publishers.

हिमालयातील अविरत भटकंतीसाठी
सदैव माझ्या मागे उभी असणारी माझी पत्नी अंजू,
मुलगा यश, माझे सर्व कुटुंबीय, मित्र
आणि गिरिप्रेमी डोंगरभाऊ
यांच्यामुळेच शक्य...

देवभूमीचा दिवाणा

या जगाला शहाण्यांनी नाही तर वेड्यांनी तारले आहे. वेडी माणसे फार महत्त्वाची असतात; कारण ती अशा वाटेवर जातात, जिथे पूर्वी कुणी शहाणा सहजी गेला नाही. हे वेडेच शहाण्या वाटा तयार करून ठेवतात. वेडे नादिष्ट असतात. ज्या विषयाने पछाडले आहे, त्या जगात राहतात, रमतात. हळूहळू आपल्याला त्या जगाचा पत्ता लागतो. आपण अप्रुपाने त्या जगाकडे पाहू लागतो. चकित होतो. वेडे नसते तर या जगाला चिकित्सेचा स्पर्श झाला नसता. जग नीरस आणि सपाट राहिले असते. या जगाला गोलाई गॅलीलिओच्या वेडानेच दिली आहे. या जगात जितके शोध, जितक्या कलाकृती, जितके विक्रम झाले; ते या वेड्यांनीच केले. सामान्य माणसाला या वेड्या लोकांविषयी आणि त्यांच्या आपल्या ध्येयामागे बेफाम धावण्याविषयी अपार कुतूहल आहे. माणसे वेडी झाली की नजरेत भरतात. कारण ती आगळ्या रूपात जातात. नाटकातसुद्धा एरवी सामान्य दिसणारा माणूस रंगमंचावर भूमिकेत जाऊन रमला, की भलताच देखणा दिसायला लागतो. आमचा मित्र उमेश झिरपे - ज्याला सगळे प्रेमाने आणि आदराने 'मामा' म्हणतात - हिमालयाच्या मोहिमेविषयी बोलू लागला, की मला असाच अंतर्बाह्य सुंदर दिसू लागतो.

माझी आणि उमेश उर्फ मामा यांची ओळख जुनी आहे. मी त्यांच्या मोहिमेचा चाहता आहे. पण दाट परिचय हा अलीकडचा गेल्या आठ-दहा वर्षांतला आहे. पूर्वी यांच्या मोहिमांची खबरबात असायची. हे लोक हिमालयात शिखर काबीज करण्याच्या उद्देशाने जातात. ते काम बऱ्यापैकी अवघड आहे. नीट नियोजन आणि चांगली शारीरिक क्षमता असल्याशिवाय ते साध्य नाही, अशी माझी - म्हणजे साधारण सह्याद्री फिरलेल्या माझ्यासारख्या माणसाची समजूत होती; पण जेव्हा गिरिप्रेमीने *एव्हरेस्ट-ल्होत्से* ही अत्यंत अवघड संयुक्त मोहीम यशस्वीरीत्या पार पाडली आणि तिथे केलेले चित्रीकरण घेऊन मामा आणि मंडळी माझ्याकडे डॉक्युमेंटरी करून घेण्यासाठी आली, तेव्हा तिथले चित्रीकरण पाहून मी तीन ताड उडालो. एखादी गोष्ट अवघड आहे याची आपण कल्पना करतो; पण ते अवघड किती कर्मकठीण आहे हे पाहून माझे डोळे उघडले. शारीरिक आणि मानसिक क्षमतेचा कस लागणे म्हणजे काय, हे फिल्मच्या प्रत्येक तुकड्यात कळत होते. पाय तुटून पडतील अशी चढाई म्हणजे काय, उणे तापमान घातक असते म्हणजे काय, फुप्फुस आणि मग मेंदू बंद पडेल अशी विरळ हवा म्हणजे काय, ते ही फिल्म बघताना जाणवत होते. मी *नथुला पासला* हिमालयीन वाऱ्याचा जबरदस्त अनुभव घेतला होता; पण इथला वारा पाहून गाळण उडाली. या लोकांनी कोणत्या दिव्यातून जात ही शिखरे गाठली हे लक्षात आले आणि मी त्या कामात उडी मारली. त्या वेळी बाकी सवंगड्यांचीदेखील भेट झाली. सगळेच पछाडलेले. देखणी माणसे. हसून आपल्या अडचणीच्या कहाण्या सांगू लागली, की हिमालय जवळ आल्याचा भास व्हायचा. या सगळ्यातून 'Challenge of Everest Lhotse by Giripremi' नावाची एक सुंदर फिल्म झाली आणि त्यांच्या परिवारात एक माणूस हिमालयाच्या प्रेमात घट्ट ओवला गेला.

माणसे आपले सुखासीन आयुष्य सोडून, जिथून आपण सलामत परत येणार नाही अशा खडतर जागी जाऊन आपला जीव धोक्यात का घालतात? या प्रश्नाचे उत्तर त्या वाटेवरून तुम्ही चालल्याशिवाय तुम्हाला कळणार नाही. प्रचंड धाडस अंगी वागवत टोकाचा थरारक अनुभव घेण्यासाठी सुखाची शय्या सोडून पायपीट करावी लागते; मग यश मिळो वा ना मिळो. मात्र तुडुंब अनुभवाचे गाठोडे सोबत येते. हे गाठोडे जे समाधान देते, ते बाकी कशात मिळत नाही. अशक्यप्राय, अप्राप्य गोष्टींच्या मागे धावण्यातच माणसाचे माणूसपण दडलेले आहे हे या मंडळींना कळलेले आहे.

उमेश झिरपे हा हिमालयाचा दिवाणा आहे आणि हे पुस्तक म्हणजे उमेश झिरपे या माणसाच्या हिमालयाच्या प्रेमाची गाथा आहे. हे बेभान झपाटलेपण आहे. तरीही वाचताना हे नीट लक्षात येते, की हे प्रेम डोलस आहे. नजर सावध आहे. लेखकामधला निष्णात व्यवस्थापक, अभ्यासू गिर्यारोहक, सजग पर्यावरणप्रेमी क्षणोक्षणी जागा आहे.

हे पुस्तक यासाठी महत्त्वाचे आहे की, लेखक गिर्यारोहक असूनही त्याने तिथल्या फक्त बर्फाच्छादित शिखरांचा आणि त्यावर काढल्या गेलेल्या मोहिमांचा विषय हाताळला नाही; तर तिथल्या हिमनद्यांचा, पाण्याचा, हवेचा, प्राण्यांचा, माणसांचा, तिथल्या समजुतींचा, श्रद्धांचादेखील फार सुंदर वेध घेतला आहे. ज्याला हे जग समजून घेण्याची आस आहे, त्या प्रत्येकाच्या संग्रही असावे असे हे पुस्तक आहे.

भारतीय माणसासाठी हिमालय हा फक्त पर्वत नाही. हजारो वर्षांपासून त्याच्या संस्कृतीतले ते सर्वोच्च माहात्म्याचे स्थान आहे, ज्याला पुरातन ग्रंथांनी आणि परंपरेने देवलोक म्हटले आहे. कारण तिथे देवांचे आणि साक्षात शंकराचे वास्तव्य असल्याची भारतीय जनमानसाची श्रद्धा आहे. महाभारताच्या अखेरच्या पर्वात पांडव स्वर्गारोहणासाठी हिमालयातच गेले. इथूनच भारतजीवनदायिनी गंगा, यमुना, ब्रह्मपुत्रा अशा नद्या जन्म घेतात. भारतीय माणूस आपल्या आत्मशोधात इतर कुठे जात नाही, तर तो हिमालयातच जातो. अशा हिमालयाविषयी भारतीय माणसाला प्रेम, आस्था आणि कुतूहलदेखील आहे. हे कुतूहल शमेल अशी माहिती आणि हिमालय बघण्याची उत्कंठा वाढेल, असे या पुस्तकात भरपूर काही आहे. हे पुस्तक जसे रोचक अनुभव मांडते, तेवढीच रंजक माहितीदेखील देते.

एकेक अनुभव थक्क करणारे आहेत. कडाक्याच्या थंडीत उणे तापमान असताना तिथे साध्या एकेरी सुती कपड्यात राहणाऱ्या साध्वी, कुठल्याही आधुनिक साधनांचा वापर न करता उंच पर्वतावर भ्रमण करणारे योगी, अत्यंत हटके असलेले 'मलाना' नावाचे आणि आपली वेगळी व्यवस्था राबवणारे गाव, हे रहिवासी मूळचे ग्रीक, म्हणजे अलेक्झांडरचे सैनिक असण्याची शक्यता! या गावात फिरायचेदेखील त्यांचे नियम आहेत. नियम मोडले तर कडक शिक्षा. रूपकुंड या स्थानाचे अनुपम सौंदर्य, जोडीला या पाण्याच्या तळाशी असलेले तीनशे सापळे. हे सर्व सांगाडे म्हणे नवव्या शतकातले आहेत. म्हणजे त्या काळी पाच हजार मीटरवर माणूस सहज येत होता का? का अधिक उंचीवर जात होता? असे प्रश्न उभे करणारे ठिकाण. जगात ज्याच्या विषयी प्रचंड कुतूहल आहे, असे यतीच्या पावलांचे ठसे. यतीच्या अनेक आख्यायिका. त्यामागची सामाजिक आणि शास्त्रीय कारणे. या जोडीला विचित्र जीवनशैली असलेली माणसे. अंघोळीची प्रथा नसलेले अजब गावकरी, तरुण माणसाच्या मृत्यूनंतर गिधाडांना त्याचे तुकडे देणारे विस्थापित तिबेटी. या जोडीला तिथली वृक्षराजी, प्राणी, पक्षी, नद्या आणि त्यांच्या बदलत जाणाऱ्या अवस्था. तिथल्या माणसांची बदलत चाललेली जीवनशैली. निसर्गाचा होत असलेला ऱ्हास. कर्तबगार शेर्पा मंडळी, अत्यंत दक्ष आणि हिमालयात खडतर मोहिमा काढणारे भारतीय सैन्य, बॉर्डर रोड ऑर्गनायझेशनचे अजब काम अशा अनेक अत्यंत चक्रावून टाकणाऱ्या गोष्टींनी पुस्तक भरले आहे.

वेगवेगळ्या शिखरांवरच्या थरारक मोहिमांची वर्णने वाचताना तर अंगावर काटा आल्याशिवाय राहत नाही. अंगावर हिमप्रपात होऊनही त्यातून बचाव होणे, काही फुटांवर शिखराचा माथा समोर आला असताना दोर संपला म्हणून परत फिरावे लागणे, हवामान खराब झाल्यामुळे शेवटाला जाऊन मोहीम गुंडाळावी लागणे, मोठे वादळ होऊन शेर्पामंडळी आणि गिर्यारोहक अशा बावीस लोकांचा मृत्यू होणे, आशिषला ल्होत्से शिखर काबीज करताना अखेरच्या टप्प्यावरच्या घळीत दोराला लटकत असलेल्या मृतदेहाचा आधार घेऊनच वर जावे लागणे किंवा धौलागिरीच्या अत्युच्च टोकावर पोहोचल्याची खूण म्हणजे इराणी गिर्यारोहकाचा मृतदेह दिसल्याची खात्री करणे, समोर एका गिर्यारोहकाचा मृत्यू झाला आहे तरी विचलित न होता प्रसादने शिखराच्या दिशेने मार्गक्रमणा करणे हे सगळे मुळापासून हादरवून टाकणारे आणि माणूस म्हणून खूप काही शिकवून जाणारे आहे. जगातील सर्वोच्च शिखर माउंट एव्हरेस्टची मोहीम हे सर्व प्रकरण तर पुन्हापुन्हा वाचावे असे झाले आहे. माणसाच्या शरीराची आणि मनाची ताकद किती अफाट आहे आणि ती विधायक कामात कशी वापरता येऊ शकते, याचा प्रत्यय पुस्तक देत राहते.

माणूस जेवढा आपल्या रोजच्या रामरगाड्यातून लांब जाऊन निसर्गात रमू लागतो, तेवढा तो स्वतःला तपासू लागतो. या पुस्तकात लेखक फार सुंदरपणे लिहून जातो - 'मी या निसर्गात हरवत गेलो आणि स्वतःला सापडत गेलो.' या जगात बहुसंख्य अशी माणसे असा स्वतःचा शोध घेऊ लागतील, तर हे जग फार सुंदर होत जाईल.

- किरण यज्ञोपवीत
प्रसिद्ध लेखक व दिग्दर्शक

मनोगत

आजही मला १९७८चा तो दिवस आठवतो. शाळेच्या ट्रेकिंग ग्रुपसोबत मी पहिल्यांदा हिमालयात गेलो होतो. पहिल्या भेटीतच मी हिमालयाचा झालो होतो. मी अगदी ९-१० वर्षांचा असताना माझे मातृछत्र हरवले. त्यामुळे आईचे प्रेम तेवढेसे अनुभवले नव्हते; मात्र हिमालयात बागडताना, तेथील निसर्ग न्याहाळताना, डोंगरदऱ्यांत पायपीट करताना, रात्री दमून हिमालयाच्या कुशीतच झोपताना आईच्या कुशीत झोपण्याचा भास झाला. अगदी पहिल्या दिवसापासूनच हिमालयाने मला आपलेसे केले होते. पहिला ट्रेक संपवून मी जेव्हा परतीच्या वाटेला लागलो, तेव्हाच 'मी पुन्हापुन्हा हिमालयात येईन' हे मनाशी पक्के ठरवले होते.

जसजसा मोठा होत गेलो, तसतशी हिमालयाची विविध रूपे मला उलगडत गेली. आईचे प्रेम देणारा हिमालय हा कधीकधी बापाप्रमाणे कणखर आणि करारी असल्याचे जाणवत असे. हिमालयात गेल्यावर मला जीवनाचा अर्थ उलगडला, असे म्हटले तरी वावगे ठरणार नाही.

हिमाचा आलय म्हणजे हिमाचे माहेरघर अशी ओळखच असलेल्या हिमालयानेच मला पाण्याचे महत्त्व पटवून दिले. भारत, नेपाळ, बांगलादेश या देशांत वास्तव्यास

असलेली तब्बल ५० कोटी लोकसंख्या हिमालयात उगम पावणाऱ्या नद्यांवर अवलंबून आहे. त्यामुळे हिमालयातील नद्यांचे निसर्गचक्र अविरत चालू राहिले, तरच मानवी जीवन टिकू शकेल - जगू शकेल, हे मला हिमालयामुळेच समजू शकले. हिमालयातील भटकंती, गिर्यारोहण मोहिमा करत असताना अनेकदा साधे एक ग्लास पिण्याचे पाणी मिळवण्यासाठी तासन्तास बर्फ वितळवावा लागायचा. यामुळे पाणी किती अमूल्य आहे, हे अनुभवले.

मानवी जीवनात पाण्याला जेवढे महत्त्व आहे, त्यापेक्षाही अधिक महत्त्व प्राणवायू असलेल्या ऑक्सिजनला आहे. ऑक्सिजन नसेल, तर मानवी जीवन हे शून्य आहे, याचा प्रत्ययदेखील मला हिमालयातच आला. जेव्हा एव्हरेस्ट शिखराच्या मोहिमेनिमित्त माझ्या संघ-सहकाऱ्यांसोबत 'साऊथ कोल' या ८,००० मीटरहून अधिक उंच ठिकाणी असलेल्या डेथ झोनमध्ये होतो, तेव्हा हवेतील प्राणवायूचे प्रमाण हे अत्यंत विरळ होते. अशा ठिकाणी फार वेळ थांबणे धोकादायक ठरू शकते; मात्र आम्हाला हवामान बिघडल्यामुळे तब्बल छत्तीसहून अधिक तास एकाच ठिकाणी तंबूत बसून काढावे लागले. बाहेर ताशी १०० किलोमीटरपेक्षा जास्त वेगाने सोसाट्याचा वारा वाहत होता. या वादळात आम्ही काहीही करू शकत नव्हतो. प्रसंग बाका होता. सतत कृत्रिम प्राणवायूच्या आधारानेच एकएक मिनिट आम्ही कसेबसे 'सर्व्हाइव्ह' करत होतो, तेव्हा प्राणवायूचे खरे महत्त्व कळून चुकले होते.

हिमालयातील अतिउंचीवरील शिखरांच्या मोहिमेत तंबूत राहताना, तीव्र थंडीपासून बचाव करण्यासाठी अंगावर चढवलेल्या अतिजाड कपड्यांमध्ये वावरताना, दुरून पाहिल्यावर मनमोहक दिसणारे हिम जेव्हा चहूकडे पसरते आणि पांढऱ्या हिमाशिवाय दुसरे काहीच आजूबाजूला दिसत नाही, तेव्हा एकसुरी वातावरणाचा नको असलेला अनुभव घेताना आपले रोजचे आयुष्य किती सुखवस्तू आहे, हेच जाणवत होते. हिमालयात सफर करत असताना भूकंपासारख्या नैसर्गिक आपत्तीचा सामनादेखील करावा लागला. यामुळे आपले आयुष्य किती क्षणभंगुर असू शकते हे जाणवले. हे सर्व अनुभव मला 'हिमालयातील दिवसां'त आले, ज्यांनी माझा जगण्याचा दृष्टिकोन बदलला.

हिमालयातील गिर्यारोहण मोहिमांसोबतच मी मनसोक्त पायपीटदेखील केली आहे. या प्रवासात भेट दिलेली मंदिरे, आश्रम, भेटलेले तपस्वी, योगी यांमुळे माझ्यातील श्रद्धा जागृत राहिली. येथे मिळणारे आध्यात्मिक समाधान शब्दातीत आहे. हिमालयात असलेल्या निसर्गामुळे नेहमीच हरखून गेलो आहे. प्रत्येक भेटीत मला हिमालय वेगळा वाटला आहे, आपला वाटला आहे. कित्येकदा माझ्या मनात चालू असलेला कोलाहल हिमालयाच्या एका भेटीने शांत झाला आहे. आयुष्यात न उलगडणाऱ्या अनेक प्रश्नांची उत्तरे हिमालयात गेल्यावर आपसूक मिळाली आहेत. हे असे का होत असेल, याचा जेव्हा

मी विचार केला, तेव्हा मला जाणवले की, हिमालयाने मला माझ्याशी संवाद साधण्याचे कसब आत्मसात करण्यास मदत केली. अगदी पहिल्या भेटीपासून हिमालयात गेल्यावर मी माझ्यातील 'मी'ला मोकळे सोडतो, म्हणूनच मला 'मी' गवसतो.

हिमालयाने मला अनेक अवलिया माणसे दिली, ज्यांना मी आज माझे कुटुंब म्हणू शकतो. हिमालयाने मला अनेक मित्र दिले, विविध वयांचे, विविध पार्श्वभूमींतून आलेले. वैविध्यपूर्ण संस्कृतीचा भाग असलेल्या अनेकांशी माझा स्नेह जोडला गेला, तो फक्त हिमालयामुळेच. आमच्यात काही एक साम्य असेल, तर ते म्हणजे केवळ हिमालयावर असलेले प्रेम. हिमालयात राहणाच्या, हिमालयाचे पुत्र असलेल्या शेर्पा बांधवांनी मला नव्या संस्कृतीची ओळख करून दिली. हिमालयात भेटलेल्या 'पहाडी' लोकांनी हिमालयाएवढे भरभरून प्रेम दिले. हिमालय आहे, गिर्यारोहण आहे; म्हणूनच मी *'गिरिप्रेमी'* परिवाराचा भाग होऊ शकलो. आज माझ्यासाठी *'गिरिप्रेमी'* हे एक खूप मोठे कुटुंब आहे. हिमालयाशी माझी नाळ जोडली गेली नसती, तर कदाचित मी कधीच *'गिरिप्रेमी'* होऊ शकलो नसतो. हिमालयामुळे मला समाजाचे, लोकांचे प्रेम मिळाले. हिमालय जर नसता, तर माझे आयुष्य नक्कीच वेगळे असते. त्यामुळे हिमालयाचा मी कायमच ऋणी असेन.

'हिमालयातील दिवस' या पुस्तकातून हेच सर्व अनुभव मी आपल्यासमोर उलगडण्याचा प्रयत्न केला आहे. हे पुस्तक खरे तर 'दैनिक सकाळ'च्या सप्तरंग पुरवणीमध्ये प्रसिद्ध झालेल्या 'हिमालयातील दिवस' या लेखमालेचे विस्तारित स्वरूप आहे. २०२१मध्ये मे महिन्यात एव्हरेस्ट दिनाच्या निमित्ताने हिमालयातील दिवसांची सफर सुरू झाली, ती वर्षाअखेरीस थांबली. यात मी हिमालयातील विविध अनुभव शब्दबद्ध केले. या लेखमालेला तुफान प्रतिसाद मिळाला. याचे पुस्तक व्हावे, अशी अनेकांनी माझ्याकडे मागणी केली. सकाळ परिवारानेच मला याचे पुस्तक करण्याची संधी दिली आणि यामुळेच माझे आयुष्य बदलवणारा, माझे आयुष्य घडवणारा हिमालय, या हिमालयातील विविध अनुभव मी वाचकांसमोर मांडू शकलो.

यात सकाळचे संपादक सम्राट फडणीस यांच्यामुळे हे पुस्तक होऊ शकले, असे मला वाटते. त्यांचा आम्हा गिरिप्रेमींना नेहमीच पाठिंबा असतो. मी गिर्यारोहणाबद्दल बरेच लिहिले आहे, गिर्यारोहण करता-करता हिमालयात आलेल्या अनुभवांचे गाठोडे वाचकांसाठी उघडा, अशी गळच सम्राटजींनी घातली व त्यातून सप्तरंगमधील लेखमाला व ओघाने हे पुस्तक होऊ शकले. पहिल्या लेखापासून ते पुस्तकाच्या शेवटच्या पानापर्यंत सर्वच गोष्टींत माझा तरुण सहकारी नचिकेत जोशी याने सहकार्य केले. सोबतीला गिरिप्रेमीचा परिवार व माझे कुटुंब नेहमीप्रमाणे उभे आहेच, त्यामुळे माझ्या अनेक उपद्व्यापांसोबत आणखी एक उपद्व्याप करण्यास पाठिंबा व बळ मिळाले.

हे पुस्तक म्हणजे माझ्या जीवनाच्या काही ठळक घटनांचे आकृतिबद्ध गाठोडे आहे, असे म्हटले तर वावगे ठरणार नाही. प्रत्येक प्रकरणात माझे व्यक्तिगत अनुभव सहज भाषेत आपल्या समोर उलगडून सांगण्याचा प्रयत्न करत आहे. तुम्हाला हे पुस्तक नक्की आवडेल, असा विश्वास आहे.

- उमेश झिरपे

अनुक्रमणिका

बहुरंगी हिमालय

देवभूमी हिमालय / १९

रोमांचकारी हिमालय / २८

रौद्ररूपी हिमालय / ३४

हिमालयाचे वृक्षवैभव / ३९

हिमालयातील पर्यावरण / ४४

हिमालयातील प्राण्यांशी भेट / ४९

यतीची गोष्ट / ५४

हिमालयाचे पाणी / ६२

हिमालयातील माणसे

हिमालयपुत्र सह्याद्रीपुत्र होतो, तेव्हा...! / ६९

हिमालयाचे भूमिपुत्र : शेर्पा / ७४

हिमालय व भारतीय सुरक्षा दल / ७९

हिमालयातील अवलिया : पहाडी विल्सन / ८४

हिमालयातील वेगळे अनुभव

माझा आवडता शिक्षक : हिमालय / ९१

प्रथा अशाही! / ९५

हिमालयाची शिकवण / १०२

हिमालयातील 'कठीण' दिवस / १०६

गोष्टी गिर्यारोहणाच्या

अष्टहजारी अष्टाध्यायातील अनुभव / ११३

मकालूची गोष्ट / ११७

माउंट मंदाचे स्वप्न / १२१

माउंट शिवलिंग : कलाटणी देणारी मोहीम / १२८

थेलू शिखराला गवसणी घालताना... / १३५

पर्वतांचा राजा हिमालय

उंचीचे वलय / १४१

एव्हरेस्ट मॅरेथॉन! / १४६

पवित्र नंदादेवी / १५०

नयनरम्य गंगोत्री / १५३

पर्वतदिन! / १५८

असाही हिमालय!

एकांगी हिमालय / १६३

हिमालयातील व्यवस्थापन / १६८

माउंट एव्हरेस्ट

जगातील सर्वोच्च शिखर / १७३

बहुरंगी
हिमालय

देवभूमी हिमालय

भारताच्या उत्तरेला वसलेला हिमालय हा भारतीय संस्कृतीचा प्राचीन काळापासून अविभाज्य भाग आहे. हिंदू धर्मात तर हिमालयाला देवच मानतात. वेद असो वा महाभारत, हिमालयाचे वर्णन विविध रूपांत आढळते. गीतेच्या दहाव्या अध्यायात श्रीकृष्णाने स्वतःचे एक रूप म्हणजे हिमालय, असे सांगितले आहे. पांडवांनी शेवटची स्वर्गयात्रा *'स्वर्ग रोहिणी'* शिखराच्या येथून, म्हणजेच या हिमालयातून केली, अशी आख्यायिका आहे. कैलास पर्वत म्हणजे शिव-पार्वतीचे निवासस्थान, उत्तरेकडील *वैष्णोदेवी, अमरनाथ,* नेपाळमधील *पशुपतिनाथ,* मनालीतील *हिडिंबा देवी,* केदारनाथ इत्यादी हिमालयातच वसलेले आहेत. भारतीय संस्कृती ज्या नद्यांच्या खोऱ्यात बहरली, त्या नद्यांचा, म्हणजे गंगा, यमुना, सरस्वती, सिंधू, ब्रह्मपुत्रा यांचा उगमदेखील हिमालयातच झाला आहे. *गंगोत्री, यमुनोत्री, केदारनाथ व बद्रीनाथ* ही पवित्र चार धाम यात्रा (छोटा चार धाम यात्रा) हिमालयातीलच. उंच शिखरांवर, तर कधी पायथ्यांना वसलेल्या गावांमध्ये देव-देवता आढळतात. ऋषिकेश, *उत्तरकाशी, देव प्रयाग, रुद्र प्रयाग* यांसारखी देवस्थाने; *शिवलिंग, नंदादेवी, मेरू पर्वत, कांचनजुंगा, ओम पर्वत, गौरीशंकर, आदिकैलास,* छोटा कैलास ही शिखरे म्हणजे देवाची विविध रूपेच. इतकेच काय, तर जगातील सर्वोच्च शिखर

माउंट एव्हरेस्ट हेदेखील 'जगन्माता' म्हणून ओळखले जाते. १९७८पासून मी हिमालयात जात आहे. गेल्या चार दशकांत मी हिमालयात अनेक मोहिमा केल्या. त्यांत एव्हरेस्ट मोहीम असो वा भारतीय हिमालयातील मोहिमा, गिर्यारोहण करता करता मी 'देवभूमी हिमालय'देखील अनुभवला. हिमालय ही देवभूमीच, आपण हिमाचल अथवा उत्तराखंड येथे गेलो की, 'देवभूमी हिमालय में आपका स्वागत है.' या पाट्या लक्ष वेधून घेतात.

हिमालयातील एक प्रमुख भाग म्हणजे गंगोत्री हिमालय. हा परिसर म्हणजे माझी कर्मभूमी. तब्बल तीस वर्षे दर वर्षी ट्रेकिंग - गिर्यारोहणाच्या निमित्ताने या आध्यात्मिक व पवित्र परिसरात जात आहे. येथे गंगामातेचे दर्शन घेण्यासोबत अनेक विलक्षण साधू-साध्वी यांचे दर्शन होते. अनेक साधूंनी आपल्या गृहस्थाश्रमातून विश्रांती घेत मोक्षप्राप्तीसाठी अध्यात्माची कास धरली, ती इथेच. अशा व्यक्तींसोबतचा सहवास हा विलक्षण असतो.

असाच सहवास मला व माझा मित्र, सहकारी अजित ताटे याला २००७मध्ये 'गिरिप्रेमी'च्या 'माउंट शिवलिंग मोहिमे'च्या वेळी लाभला. त्या वेळी आम्ही पंधरा दिवस शिवलिंग शिखराच्या बेस कॅम्पवर मुक्कामासाठी होतो. १४,६४० फुटांवर वसलेला हा बेस कॅम्प 'तपोवन' या प्रसिद्ध व पवित्र ठिकाणीच आहे. तपोवन येथे अगदी प्राचीन काळापासून ऋषीमुनी तपश्चर्येसाठी ध्यानस्थ होत असत. या ठिकाणाहून शिवलिंग, भागीरथी, सतोपंथ, सुदर्शन, मेरू यांसारखी शिखरे व गंगेचे उगमस्थान असलेले गोमुख हे याच परिसरात, अर्थात गंगोत्री ग्लेशियरच्या (हिमनदी) जवळ वसलेली आहेत.

केदारनाथ मंदिर

गंगोत्री मंदिर

गंगोत्री ग्लेशियर म्हणजे तब्बल ३० किलोमीटर लांब आणि ४ किलोमीटर रुंद हिमनदी. हिमालयात वसलेल्या विविध हिमनद्यांपैकी सर्वांत मोठी हिमनदी असा या गंगोत्रीचा लौकिक आहे. तब्बल २७ किलोमीटर घनफळ असलेली ही हिमनदी जगातील सर्वांत लांब व मोठ्या नद्यांपैकी एक असलेल्या गंगा नदीचा प्रमुख स्रोत आहे. हिमालयातील चौखंबा रांगेतील शिखरांच्या उत्तरेकडील उतरत्या भागांतून या ग्लेशियरची सुरुवात होते. खालच्या भागात गंगोत्री नावाच्या ठिकाणी ग्लेशियर समाप्त होते. गंगोत्री या ठिकाणापासून ग्लेशियरच्या दिशेने १९ किलोमीटर आतल्या बाजूला चालत गेल्यावर 'गोमुख' हे ठिकाण लागते. गायीच्या तोंडाच्या आकार असलेल्या ठिकाणाहून हिमनदीचे अर्थात ग्लेशियरचे हिम वितळून पाण्याचा प्रवाह सुरू होतो. हा पाण्याचा प्रवाह, म्हणजेच गंगा नदीचा उगम. पौराणिक काळापासून या गंगेच्या उगमस्थानाचे अनन्यसाधारण महत्त्व आहे. पवित्र गंगा नदी जिथे उगम पावते, तिथे जाऊन आपला माथा टेकवण्याचे, गंगामातेचे दर्शन घेण्याचे अनेकांचे स्वप्न असते, व्रत असते. त्यामुळे उन्हाळी दिवसांत गंगोत्री परिसरात गेल्यावर अनेक भाविक-भक्त नजरेस पडतात. गंगोत्री या ठिकाणी असलेला गंगा नदीचा प्रवाह, म्हणजेच नुकतेच हिमनदीतून नदीत रूपांतरित झालेल्या पाण्याला पवित्र मानले जाते. कितीही थंडी असू द्या, या पाण्यात एकदा डुबकी मारायलाच हवी, अशी प्रथा येथे आहे.

गिर्यारोहणाच्या निमित्ताने १९८६मध्ये मी पहिल्यांदा येथे गेलो, तेव्हा त्या थंड पाण्यात डुबकी मारण्याचा मोह मलादेखील आवरता आला नाही. मे महिना होता तो. त्यामानाने येथे मे महिन्यात थंडीचे प्रमाण कमी असते. तरीदेखील हिमनदीतून आलेले पाणी खूपच थंड होते. उन्हाळ्यातील अवस्था अशी असलेल्या प्रदेशात हिवाळी दिवसांत तर हवामान प्रचंड तीव्र असते. इथे काही तास घालवणे म्हणजे अंगावर काटा येतो. हिवाळ्यात गंगोत्री परिसरात कमीत कमी ४ ते ५ महिने जोरदार हिमवृष्टी होते. तसेच तापमानदेखील शून्य अंश सेल्सियसच्या खालीच असते. अशा वातावरणात सामान्य माणूस फार काळ राहू शकणारच नाही. मात्र काही साधू-साध्वी कोणतीही तक्रार न करता, अगदी सहजपणे आपले जीवन व्यतीत करताना मी पाहिले आहे. त्यांचे जीवनमान हा माझ्यासाठी नेहमीच कुतूहलाचा विषय आहे.

अशाच एका साध्वीजींसोबत आमचा परिचय झाला. तपोवनजवळच असलेल्या एका गुहेमध्ये त्या कायमस्वरूपी वास्तव्याला होत्या. हिवाळ्यात त्यांच्या गुहेवर किमान पंधरा-वीस फूट तरी हिम साठत असेल. अशा ठिकाणी त्या कित्येक वर्षे अध्यात्माची कास धरून, योगसाधनेतून - ध्यानधारणेतून ईश्वराची मनोभावे सेवा करत होत्या. आम्ही जेव्हा त्यांना भेटलो, तेव्हा तेथे तीव्र हिवाळा चालू नव्हता. तसे म्हणायला उन्हाळ्याचेच दिवस होते, तरीदेखील एवढी थंडी होती, की आम्ही बचावासाठी नखशिखान्त गरम कपडे, हातमोजे, बूट इत्यादी अंगावर चढवून वावरत होतो. त्याच वेळी या साध्वी आपण थंडी नसलेल्या ठिकाणी जसे कपडे घालू, तशा अत्यंत साधारण कपड्यांत वावरत होत्या. आमच्यासाठी हे सगळे अतिशय विलक्षण होते. या साध्वीजींच्या राहणीमानाविषयी, त्यांच्या भूतकाळाविषयी, त्यांच्या भविष्यकाळाविषयी आम्हाला प्रचंड कुतूहल होते. त्या इतक्या प्रतिकूल ठिकाणी कशा राहत असतील, त्या काय खात असतील, त्यांना अशा भौगोलिक स्थितीत टिकून राहणे खरेच शक्य होत असेल का, असे एक ना अनेक प्रश्न आमच्या मनात कायम रुंजी घालत असत. अनेकदा त्यांना विचारण्याची इच्छा झाली; पण मन धजावले नाही.

एके दिवशी धाडस करून मी त्यांच्याशी संवाद साधण्याचा प्रयत्न केला. अध्यात्मासाठी ज्यांनी आयुष्य वाहिलेले आहे, अशा या साध्वीजी आम्हाला फारशी दाद देणार नाहीत, अशी आमची समजूत होती. मात्र झाले नेमके उलटेच. साध्वीजींसोबत असलेला परिचय हळूहळू गप्पा रंगण्यापर्यंत बहरला. त्या आमच्या सर्व प्रश्नांची हसतहसत व सहज उत्तरे द्यायच्या. त्या सांगायच्या, 'आपल्या बंद मुठीत मावेल एवढेच अन्नधान्य आपल्या शरीराला पुरेसे असते. बाकी सगळे आपल्या जिभेचे चोचले.' त्यांच्या अशा उत्तरांनी आमचे काही समाधान व्हायचे नाही. त्यामुळे आम्ही त्यांना सतत प्रश्न विचारून भंडावून सोडत असू. तरीही त्यांची कधीच तक्रार नसे. त्यांना चिडताना,

वैतागताना, इतकेच काय कोणतीही टोकाची प्रतिक्रिया देताना कधीच पाहिले नाही. त्या सांगत असत, ''अनेक वर्षांची प्रचंड तपश्चर्या केल्यानंतर पंचमहाभूतांच्या शक्तीने शरीरावर, मनावर नियंत्रण मिळविता येते. त्यामुळे तुमच्या सर्व कृती आपोआपच नियंत्रित होतात.'' त्या जेव्हा असे काही सांगत असत, तेव्हा आम्हाला नवल वाटे. आमच्यासाठी हे सर्वच नवीन व अद्भुत होते. त्यामुळे साध्वीजींविषयी आमचे कुतूहल आणखी वाढले. परतीच्या वाटेवर असताना एकदा गंगोत्री परिसरापासून खालच्या बाजूला असलेल्या गावामध्ये जेव्हा आम्ही काही लोकांशी असाच साध्वीजींबद्दल विषय काढला, तेव्हा कळले की, या साध्वीजी मूळच्या बंगळुरूच्या. तेव्हा त्यांना गंगोत्री परिसरात येऊन पंधरा तरी वर्षे झाले असतील. अगदी पहिल्यापासून साध्वीजी या गुहेतच वास्तव्यास आहेत. हिवाळा असो, उन्हाळा असो वा जोरदार होणारी हिमवृष्टी असो, साध्वीजी या कायम त्याच परिसरात असतात. त्यांच्याशी रंगलेल्या अनेक गप्पांमध्ये बोलता-बोलता चालू घडामोडींचा संदर्भ यायचा. त्यावरदेखील साध्वीजी अतिशय नेटके भाष्य करीत असत. एकदा बोलता-बोलता 'अमेरिकेचे भारताविषयी धोरण' याबद्दल आम्ही साध्वीजी यांच्याशी विस्तृत बोललो. राज्यशास्त्राचा किंवा परराष्ट्रधोरणाचा अभ्यास करणाऱ्या एखाद्या विद्यार्थ्यालाही लाजवेल, अशा शैलीत त्यांनी आपले परखड व सुस्पष्ट मत आमच्यासमोर मांडले. २००७चा तो काळ होता, जेव्हा मोबाईलची रेंजदेखील त्या भागात दुरापास्त होती. आम्हाला साधा एसटीडी फोन कॉल करायचा असेल, तर काही तास प्रवास करून उत्तरकाशीला जावे लागत असे. अशा ठिकाणी बातम्या किंवा इंटरनेटची उपलब्धता असण्याची तीळमात्र शक्यता नव्हती. त्यामुळे चालू घडामोडी या भागात लगेच पोहोचू शकत नसत. आम्हीदेखील काही आठवडे मोहिमेवर असताना इतर जगात काय चालू आहे, हे माहीतदेखील नसे; कारण तशी सुविधा त्या वेळी उपलब्ध नव्हतीच. तरीदेखील या साध्वीजींकडे असलेली इत्थंभूत माहिती आश्चर्यकारक होती. कुठून मिळाली असेल ही माहिती, कोणी सांगितले असेल त्यांना एवढे सर्व... अशा अनेक प्रश्नांचे काहूर आमच्या मनात त्या वेळी होते. अद्भुत आणि तेवढाच अनाकलनीय अनुभव तेव्हा मी आणि अजित ताटे याने घेतला होता. पुन्हा त्या साध्वीजींची भेट काही झाली नाही, मात्र त्यांचे संपूर्ण जीवनमानच माझ्यासाठी रंजक व कुतूहलजनक होते.

याच परिसरात स्वामी सुंदरानंद यांच्यासारख्या योगींचेदेखील वास्तव्य होते. २०२०मध्ये वयाच्या ९४व्या वर्षी स्वामीजी अनंताच्या प्रवासाला निघून गेले, मात्र जाताना आपल्यासाठी हिमालयातील प्रचंड मोठा ठेवा मागे ठेवून गेले. हा संपूर्ण परिसर म्हणजे त्यांची कर्मभूमीच! सुंदरानंद यांचे वैशिष्ट्य म्हणजे छोटा चार धाम यात्रा अर्थात गंगोत्री, यमुनोत्री, केदारनाथ व बद्रीनाथ ही अतिशय खडतर यात्रा त्यांनी पूर्ण केली; तीदेखील प्राचीन ट्रेकिंग मार्गावरून. आज छोटा चार धाम यात्रा करण्याचे अनेक मार्ग आहेत.

वाहनाच्या साहाय्याने काही प्रमुख ठिकाणे एकमेकांना जोडली गेली आहेत. मात्र हजारो वर्षांपूर्वी, म्हणजे जेव्हा पांडवांनी ज्या मार्गाचा वापर करत या चारही ठिकाणांना भेट दिली, अशा अतिशय खडतर मार्गाने मार्गक्रमण करत सुंदरानंद यांनी छोटा चार धाम यात्रा काही दशकांपूर्वींच पूर्ण केली. गंगोत्री ग्लेशियर, गढवाल हिमालयातील अतिउंचीवर असलेल्या खिंडी अशा ठिकाणांहून चालत ही यात्रा पूर्ण होते. येथून ट्रेक करत यात्रा पूर्ण करायला भलेभले गिर्यारोहकदेखील धजावत नाहीत, तेथे मात्र अत्यंत कमी संसाधनांमध्ये साधू-योगी अतिशय लीलया ट्रेक करत यात्रा पूर्ण करतात. त्यांच्या या अचाट कामगिरीमागचे विज्ञान हे फारच अनाकलनीय आहे. ही खडतर यात्रा आधुनिक जगात लोकांसमोर येण्यामध्ये स्वामी सुंदरानंद यांचे महत्त्वाचे योगदान आहे. गेल्या काही वर्षांत उत्तराखंड राज्य सरकार या खडतर यात्रामार्गाचे पुनरुज्जीवन करण्याचा विचार करत आहे, जेणेकरून सामान्य व्यक्तींनादेखील प्राचीन पद्धतीने छोटा चार धाम यात्रा पूर्ण करता येईल.

गंगोत्री परिसरात असे अनेक विलक्षण साधू-योगी मला भेटले, ज्यांनी हिमालय देवभूमी का आहे, हे नुसत्या सहवासातून, अनुभवांतून उलगडून सांगितले. सोबतीला अंगाला राख फासून, चरस-गांजा ओढून भीक मागणारे व स्वतःला साधू म्हणून घेणारे लोकदेखील या परिसरात मला बघायला मिळाले. अशा लोकांशी मी फारसा कधीच संबंध ठेवला नाही. जेवढे नजरेस पडले, तेवढेच अनुभवले. मात्र जेव्हाजेव्हा मला असे साधुत्वाचे वेड पांघरून फिरणारे लोक दिसले, तेव्हातेव्हा माझ्या मनातील कुतूहल पुन्हा एकदा जागे झाले. अशा लोकांच्या मनात काय चालू असेल, ते असे का झाले असतील, यांतून त्यांना काय मिळत असेल अशा सर्व प्रश्नांनी माझ्या डोक्यात विचारांचे चक्र फिरत असे. मात्र यांची उत्तरे शोधण्याचा, त्यांना जाऊन भेटण्याचा मी फारसा प्रयत्न कधीच केला नाही.

हिमालयाला देवभूमी म्हणून मान्यता प्राचीन काळापासून आहे. भारत असो, नेपाळ अथवा भूतान; जिथे जिथे हिमालयाचे अस्तित्व आहे, तिथे हिमालयाला 'देवभूमी' म्हटले जाते. नेपाळमध्ये हिमालयाच्या कुशीत अनेक मंदिरे, स्तूप, मठ आहेत. माझ्या नेपाळमधील गिर्यारोहण प्रवासात अनेकदा देवभूमी हिमालयाचा अनुभव घेता आला. २०१४मध्ये मी 'गिरिप्रेमी'च्या *माउंट मकालू* मोहिमेच्या निमित्ताने पूर्व नेपाळच्या सुप्रसिद्ध मकालू बरून व्हॅली भागातून जात होतो. माउंट मकालू ही 'गिरिप्रेमी'ची तिसरी अष्टहजारी शिखर मोहीम होती. २०१२मध्ये जगातील सर्वोच्च शिखर असलेल्या माउंट एव्हरेस्टवर, २०१३मध्ये जगातील चौथे उंच शिखर माउंट ल्होत्सेवर यशस्वी चढाई केल्यानंतर माउंट मकालूवर यशस्वी चढाई करून आम्ही अष्टहजारी शिखरांची हॅट्रिक साधली होती.

मोहीम संपवून आम्ही जेव्हा परतत होतो, तेव्हा वाटेत आम्हाला *'शिव धारा'* हे प्रसिद्ध ठिकाण दिसले. माझ्यासोबत 'गिरिप्रेमी'चे एव्हरेस्टवीर आशिष माने व आनंद

माळी, तसेच अजित ताटे व आमचे शेर्पा बंधू होते. मी जेव्हा अशा मोहिमांवर जातो, तेव्हा जाताना-येताना वाटेत दिसणाऱ्या गोष्टींची स्थानिक शेर्पा बांधवांसोबत नक्की चर्चा करतो. याच प्रवासात आम्हाला अजस्र असा डोंगर बघायला मिळाला. त्या डोंगराच्या दिशेने बरीच गर्दी ट्रेक करत चालली होती. या डोंगरात नेमके काय आहे हे जाणून घेण्यासाठी मी आमच्या मिंगमा शेर्पाला विचारले, ''हे नेमके काय आहे?'' मिंगमाने अगदी विस्तृत व रंजकपणे आमच्या प्रश्नांची उत्तरे दिली. आम्ही जो डोंगर पाहिला, ते 'शिव धारा' नावाचे ठिकाण होते. हा एक जगप्रसिद्ध ट्रेक आहे. तब्बल ५,००० मीटर उंचीवर वसलेले 'शिव धारा' हे प्राचीन संस्कृतीनुसार भगवान शंकराचे व देवी पार्वतीचे क्रीडांगण होते. मकालू बरून व्हॅलीतून ट्रेक करत 'शिव धारा'पर्यंत पोहोचता येते. हा संपूर्ण प्रवास नयनरम्य आहे. 'शिव धारा'ला पोहोचल्यावर ९० अंश कोनात उभ्या कड्यावरून पाचशे फूट उंचीवरून कोसळणारा धबधबा तुमच्या डोळ्यांचे पारणे फेडतो. ही जागा जेवढी नेत्रदीपक आहे, तेवढीच पवित्रदेखील मानली जाते. वसंत ऋतूमध्ये या ठिकाणी शिव-पार्वती स्नानासाठी येत असत, असे पुराणात वर्णिले आहे. त्यामुळे वर्षातील बहुतांश काळ हिमाच्छादित असलेल्या 'शिव धारा' येथे पौर्णिमेच्या रात्री भाविक पवित्र स्नान करण्यासाठी येतात. येथे पवित्र स्नान केल्यावर, ज्यांना मूलबाळ होत नाही, त्यांना अपत्यप्राप्ती होते, अशी भाविकांची ठाम समजूत आहे. त्यामुळे नेपाळच नव्हे, तर सीमेलगत असलेल्या भारतीय प्रदेशातूनदेखील हजारो भक्त 'शिव धारा' येथे येत असतात, हे मी अगदी जवळून अनुभवले आहे.

अष्टहजारी मोहिमांवर जाताना आम्ही बेस कॅम्पपर्यंत ट्रेक करत जातो. जसे माउंट मकालूच्या बेस कॅम्प मार्गावर 'शिव धारा'चे दर्शन झाले, तसेच मुक्तिनाथाचे दर्शन घडले *माउंट अन्नपूर्णा* मोहिमेच्या वेळी. जगातील दहावे उंच शिखर अशी ओळख असलेले अन्नपूर्णा शिखर नेपाळ हिमालयातच वसले आहे. २०२०च्या मार्च-एप्रिल महिन्यांत आम्ही अन्नपूर्णा शिखर मोहीम आयोजित केली होती. आमच्या मोहिमेची साधनसामग्री नेपाळमध्ये पोहोचलीदेखील होती. मात्र नेमके त्याच वेळी कोरोना विषाणू संक्रमणाचे संकट संपूर्ण जगावर ओढवले, आणि संपूर्ण जनजीवनच ठप्प झाले. अर्थात, आमची अन्नपूर्णा मोहीमदेखील अनिश्चित काळासाठी पुढे ढकलली गेली. मोहीम कधी होणार, कशी होणार याची काहीच कल्पना आम्हाला नव्हती. आम्ही फक्त परिस्थिती कधी अनुकूल होते, याची वाट पाहत होतो. सुदैवाने मार्च २०२१मध्ये आम्हाला पुन्हा एकदा अन्नपूर्णा मोहिमेवर जाण्याची संधी मिळाली.

मार्चच्या मध्यात आम्ही पुणे सोडणार होतो. कोरोना विषाणू संक्रमणाची दुसरी लाट सुरू होण्याचा तो काळ होता. सर्व नियमांचे पालन करत आम्ही काठमांडूला निघणार, तितक्यात आमच्या गिर्यारोहक संघातील एक महत्त्वाचा सदस्य असलेल्या जितेंद्र

गवारेचा कोरोना विषाणू अहवाल पॉझिटिव्ह आला. आमची मोहीम पुन्हा एकदा स्थगित होते की काय, अशी शक्यता निर्माण झाली. जितेंद्रला पुण्यातच सोडून बाकी उर्वरित संघ पुढे निघाला. जितेंद्रचे क्वारंटीन संपल्यावर तो आम्हाला थेट अन्नपूर्णा बेस कॅम्पवर भेटणार होता. आम्ही नेपाळला पोहोचलो की, आणखी एक धक्का आम्हाला बसला. सतत बदलणाऱ्या क्वारंटीन नियमांमुळे आम्हाला तब्बल दहा दिवस काठमांडूतच काढावे लागले. त्यामुळे वातावरणाशी मिळते-जुळते होण्यासाठी आम्ही आयोजित केलेली 'चुलू फार ईस्ट' या ६,००० मीटर उंच शिखरावरील मोहीम रद्द करावी लागली व आम्ही थेट अन्नपूर्णा बेस कॅम्पकडे मार्गस्थ झालो. या मार्गाजवळच प्रसिद्ध *मुक्तिनाथ मंदिर ३,८००* मीटर उंचीवर वसलेले आहे. बेस कॅम्प ट्रेक करताना या मंदिरापर्यंत ट्रेक करत जाऊ, असे आम्ही ठरवले; जेणेकरून वातावरणाशी मिळते-जुळते होण्यास मदत होईल.

ठरल्याप्रमाणे आम्ही जेव्हा मुक्तिनाथ मंदिरात पोहोचलो, तेव्हा तेथील निसर्गसौंदर्याने हरखून गेलो. जगातील सातवे उंच शिखर असलेल्या माउंट धौलागिरी शिखराची रांग मंदिराच्या एका बाजूला डौलाने उभी होती. भगवान विष्णूच्या या मंदिराची ख्याती नेपाळमध्ये व भारतात मोठ्या प्रमाणात आहे. आम्ही जेव्हा मुक्तिनाथ येथे गेलो होतो, तेव्हा भारतात कोरोना विषाणू संक्रमणाचा हाहाकार उडाला होता. त्यामुळे भारतीय भाविक मुक्तिनाथाच्या दर्शनासाठी येऊ शकत नव्हते. मात्र काही प्रमाणात स्थानिक भाविक आवर्जून दर्शनाला आलेले आम्हाला पाहण्यास मिळाले. मुक्तिनाथ मंदिराजवळ १०८ गोमुखे असून, त्यातून वाहणारे पाणी हे पवित्र मानले जाते. त्यामुळे थंड वातावरणातदेखील भाविक या गोमुखांतून येणारे पाणी डोक्यावर घेऊन शेवटी मंदिरासमोर असलेल्या दोन पवित्र कुंडांत डुबकी मारतात. असे केल्याने मुक्तिनाथ इच्छापूर्ती करतो, अशी भाविकांची श्रद्धा आहे. आपल्या देशाचे पंतप्रधान नरेंद्र मोदी यांनीदेखील पूर्वी मुक्तिनाथ मंदिराजवळ असलेल्या गुहेच्या ठिकाणी अकरा महिने तपश्चर्या केली होती, असे स्थानिक सांगतात. आम्हीदेखील मुक्तिनाथासमोर माथा टेकवला आणि मोहिमेच्या यशासाठी अक्षरशः साकडे घातले. कोरोनामुळे झालेला हाहाकार, त्यात आमच्या संघातील सदस्याला झालेली कोरोनाची लागण, सोबतीला साक्षात अन्नपूर्णा देवीचे रूप असलेल्या, मात्र चढाईसाठी कठीण म्हणून लौकिक असलेल्या पर्वताचे समोर असलेले आव्हान या सगळ्यांतून मार्ग दाखवण्याचे साकडे घातले. काही आठवड्यांत आम्हाला मुक्तिनाथ पावला व अन्नपूर्णा मोहीम यशस्वी झाली. शिखरचढाई करणाऱ्या गिर्यारोहकांतील एक जण जितेंद्र होता, ज्याने कोरोनावर मात करत अन्नपूर्णा शिखरचढाई यशस्वी केली होती.

हिमालय हा केवळ हिंदूंसाठीच नव्हे, तर बौद्ध व इतर धर्मीयांसाठीदेखील 'देवभूमी'च आहे. तिबेटी धर्मगुरू *दलाई लामा* हेदेखील हिमाचल प्रदेशमध्ये असलेल्या

धर्मशाला या हिमालयाच्या कुशीत वसलेल्या गावात वास्तव्यास आहेत. १९५९मध्ये जेव्हा तिबेटमध्ये उठाव झाला, तेव्हा चीनने तिबेट बळकावले. त्या वेळी तिबेटचे प्रमुख असलेल्या दलाई लामांना तिबेट सोडून भारतात आश्रय घ्यावा लागला. जेव्हा दलाई लामा भारतात आले, तेव्हा त्यांच्यासोबत ८० हजारांहून अधिक तिबेटी नागरिकदेखील सोबत होते. यांतील सर्व जण धर्मशाला व आसपासच्या भागांत स्थायिक झाले. तेव्हापासून आजपर्यंत बौद्ध धर्मातील प्रमुख ठिकाणांपैकी एक म्हणून हिमालयातील धर्मशाला ओळखले जाते. बौद्ध धर्माची शिकवण ही नेपाळ हिमालयातदेखील खोलवर रुजलेली आहे. जागोजागी असणारे बौद्ध स्तूप, मठ यांनीदेखील हिमालय नटलेला आहे. आजही एव्हरेस्ट शिखरचढाईला जाणारे शेर्पा व इतर गिर्यारोहक एव्हरेस्ट बेस कॅम्पच्या आधी असलेल्या पांग्बोचे येथील मठाचे दर्शन घेऊन, तेथील पवित्र गंडा बांधून मगच पुढे जातात, हे मी माझ्या एव्हरेस्टच्या प्रवासात वेळोवेळी अनुभवले आहे.

हिमालय जसा हिंदूंचा आहे, बौद्धांचा आहे; तसाच तो शीख धर्मीयांचादेखील आहे. उत्तराखंड जिल्ह्यातील चमोली जिल्ह्यात १५ हजार फुटांवर वसलेले हेमकुंड साहिबजी म्हणजे शिखांचे पवित्र तीर्थक्षेत्र. आज हेमकुंड साहिबजी हे ट्रेकिंग व तीर्थक्षेत्र अशा दोन्हींसाठी प्रसिद्ध आहे. माझी *हेमकुंड साहिबजीं*ची पहिली आठवण तब्बल ४० वर्षे जुनी आहे. १९७८मध्ये मी पहिल्यांदा हिमालयात आलो. तेरा वर्षांचा होतो. शाळेच्या ट्रेकिंग क्लबने '*व्हॅली ऑफ फ्लॉवर्स*' येथे ट्रेक आयोजित केला होता. काही आठवडे मी हिमालयाच्या सान्निध्यात तेव्हा घालवले होते. या ट्रेकच्या दरम्यान आम्ही हेमकुंड साहिबजीलादेखील भेट दिली. त्या वेळी येथील गुरुद्वाराचे बांधकाम चालू होते. या बांधकामात लागणारे मुख्यत्वे सर्व सामान भारवाहक आपल्या पाठीवर घेऊन जात असत. यात तेव्हा अवघ्या ३० रुपयांना मिळणाऱ्या एका सिमेंटच्या पोत्याला वर घेऊन जाण्यासाठी हे लोक ६० रुपये घेत असत. अतिउंचीवर सामान पोहोचविण्याच्या कष्टाचे मोल नेहमीच जास्त असायला हवे, हे मी त्या वेळी शिकलो.

हिमालय हा सर्वार्थाने अद्भुत आहे, म्हणूनच तो विविध रूपांतून आपल्याला खुणावत असतो. दर वेळी हिमालय काय हे नव्याने समजत असते. कोणासाठी हिमालय ही जन्मभूमी, कोणासाठी कर्मभूमी... कोणाचा हिमालय हा सखा, तर कोणासाठी हिमालय हाच पाठीराखा. मात्र देवांचा अधिवास असलेला, पृथ्वीवरचा जणू स्वर्गच असलेला हिमालय, म्हणजे खऱ्या अर्थाने 'देवभूमी हिमालय'!

■ ■ ■

रोमांचकारी हिमालय

कोणत्याही गोष्टीच्या प्रेमात पडायला एकदोन अविस्मरणीय अनुभव पुरेसे असतात. मीदेखील हिमालयाच्या प्रेमात अशाच अनुभवांमुळे पडलो. ट्रेकिंग, गिर्यारोहण तर होतच होते, मात्र सोबतीला हिमालयाने दिलेले अनेक रोमांचकारी अनुभव हे खरेच शब्दातीत होते. त्यांपैकी एक अनुभव म्हणजे हिमालयाच्या कुशीत वसलेल्या *मलाना* गावाला दिलेली भेट.

हिमाचल प्रदेशातील कुलू परिसरात ट्रेकिंगच्या निमित्ताने अनेकदा जाणे होते. असाच एक ट्रेक करताना मलाना या अद्भुत गावाविषयी मला समजले. पार्वती व्हॅलीमध्ये वसलेले मलाना हे गाव व येथील गावकरी स्वतःला भारतीयांपासून, इतर स्थानिक लोकांपासून वेगळे मानतात. मी जेव्हा इथे गेलो, तेव्हा अगदी आपण दुसऱ्या देशांत आलो आहोत की काय, असे वाटून गेले. तसेही मलाना तेथील लोकांसाठी एक देशच आहे व त्यांच्या मते इथे असलेली लोकशाही व्यवस्था ही जगात सर्वांत जुनी. अगदी काही हजार वर्षांपासून रुजलेली. येथे लोक गावातील व्यवहार चालविण्यासाठी एका स्वतंत्र व्यवस्थेचा आधार घेतात. भारतापासून पूर्णतः वेगळी व्यवस्था. म्हणजे आपण म्हणतो की, गावकुसावर भाषा व भाषेचा लहेजा बदलणारा आपला देश आहे.

येथे तर लोकांनी चक्क व्यवस्थाच बदलली आहे. का असेल बरे असे, असा विचार करत मी जेव्हा गावातून फेरफटका मारत होतो, तेव्हा एक जाणवले की, येथील गावकरी मूळ हिमाचली लोकांपेक्षा खरोखरच वेगळे दिसतात. त्यांची ढब वेगळी वाटते. असे म्हणतात, कधी काळी जेव्हा ग्रीक योद्धा अलेक्झांडर आपल्या सैन्याला घेऊन भारतात आला होता, तेव्हा त्याच्या सैन्यातील काही सैनिक हे हिमालयातच स्थायिक झाले. हे सैनिक म्हणजे युरोपातील ग्रीकचे. मूळचे आर्यवंशी. त्यात सैनिकी घरातून आलेले, म्हणजे उंचेपुरे आणि धिप्पाड. यांतील काही सैनिक ज्या गावात स्थायिक झाले, ते म्हणजे हे मलाना गाव. यांच्या पुढच्या पिढ्या इथेच वाढल्या, रुजल्या, हिमालयाच्या झाल्या. हिमालयानेदेखील यांना कवेत घेतले, त्यांनीही हिमालयावर प्रेम केले. यातूनच हे अजब रसायन असलेले गाव उभे राहिले.

आज या गावाची लोकसंख्या आहे, उणीपुरी १७००. कथा काहीही सांगो; पण खरेच हे लोक ग्रीक साम्राज्यातील सैनिकांचे वंशज आहेत का, हे गूढच आहे. बरे, तसे काही सांगणारा ठोस पुरावादेखील नाही. मात्र, गावकरी स्वतःला इतरांपेक्षा वेगळे समजतात, हेदेखील तितकेच खरे. १९९६पर्यंत तर हे गावकरी इतर जगाशी संपर्कदेखील ठेवण्यास तयार नव्हते. म्हणजे कोणी यायचे नाही आणि हे लोक कुठे जाणार नाहीत. जसे जग झपाट्याने बदलले; दळणवळणाची, संपर्काची साधने आधुनिक व्हायला लागली, तशी येथील परिस्थितीदेखील बदलण्यास सुरुवात झाली. आता ते आपल्याला त्यांच्या गावात

मलाना गाव

येऊ देतात, मात्र पूर्वपरवानगी हवीच. त्यात नियमांची मोठी यादी आपल्यासमोर ठेवली जाते. एक ठरलेला मार्ग आहे, तेथेच फक्त जायचे. उगाच कोणाला बोलायचे नाही. फोटो तर नाहीच नाही. त्यांचे आयुष्य चालू असते, आपण फक्त काहीसे डोकावायचे आणि पुढे जायचे. तुम्हाला येथे दिसतात बहुरंगी लोक. पुरुष असो वा स्त्री, त्यांचा पोशाख वेगळा, राहणीमान वेगळे, भाषाही वेगळी. येथे लोक कान्शी नावाची भाषा बोलतात. कानावर पडल्यावर आपल्याला या भाषेतील ओ की ठो कळत नाही. हिमालयातील पहाडी भाषा अनेक प्रकारच्या आहेत, त्यांचा लहेजादेखील वेगवेगळा आहे. पण पॅटर्न कसा एक वाटत राहतो. कान्शीबद्दल मात्र तसे नाही, लहेजाही वेगळाच आणि बोलण्याची ढब त्याहून वेगळी. मी कान देऊन ऐकण्याचा प्रयत्न केला खरा, मात्र फार काही ओळखीचे वाटले नाही. मला या लोकांशी बोलायचे होते, म्हणजे हातवाऱ्यांतून का होईना; पण त्याचीही इथे बंदी. नियम मोडायचा नाही म्हणजे नाही. आणि जर मोडलाच, तर शिक्षा अगदी तीव्र. आपल्या व्यवस्थेनुसार दाद मागायची सोयच नाही. नसती भानगड अंगावर ओढून घेण्यापेक्षा जेवढा वेळ मला मिळाला, त्यात या गावातून फेरफटका मारला आणि परतीच्या मार्गाला लागलो.

'गड्या, आपला गाव बरा', असे कधी वाटले असेल, ते मलानाला. येथून बाहेर पडून मी जेव्हा 'आपल्या' भारताकडे परतू लागलो, तेव्हा खरेच आपण कुठल्या तरी वेगळ्याच भागातून परत येतो आहोत, असे वाटले. का हे लोक अलिप्त राहत असतील? काय चालू असेल यांच्या डोक्यात? काय वाटत असेल यांना हिमालयाबद्दल, आपल्याबद्दल, भारताबद्दल?

खरेच, देश ही संकल्पना यांना कळली असेल, असे विचारांचे चक्र घेऊन मी मनालीला परतलो.

मलानाचा अनुभव रोमांचकारी आणि विलक्षण होता. असा अनुभव हिमालयात कुठे आणि कसा येईल सांगता येत नाही. येथे सगळेच अद्भुत आहे. असाच एक अद्भुत अनुभव देतात, हिमालयातील तलाव. यांतले ठळक नाव, म्हणजे *'प्राशर तलाव'*. हिमाचल प्रदेशातील मंडी जिल्ह्यात असलेला हा प्राशर तलाव विलक्षण आहे. याचा थेट संबंध आहे, तो महाभारताशी.

त्या काळात कुरुक्षेत्र येथील युद्ध संपल्यावर पांडव कामृनाग देवतेसोबत परतत असताना या ठिकाणी थांबले, असे म्हणतात. इथला निसर्ग इतका सुंदर आणि मनमोहक आहे, की हे बघून कामृनाग देवतेने येथेच थांबण्याचा निर्णय घेतला. मात्र पांडवांचा नाइलाज होता. त्यांना येथून परत जावे लागणार होते. पण कामृनाग हे जिद्दीला पेटले

प्राशर तलाव

होते. मी इथेच राहणार असे त्यांनी पांडवांना बजावून सांगितले. देवाची आज्ञा मानून पांडव नाइलाजाने पुढे निघाले. जाता जाता उद्विग्न होऊन भीम देवाने आपले कोपर जमिनीवर जोरात आपटले, आणि त्यातून निर्माण झालेला तलाव म्हणजे प्राशर तलाव. पुढे याच तलावाच्या परिसरात पराशर ऋषींनी अनेक वर्षे तपस्या केली, म्हणून याचे नामकरण झाले प्राशर तलाव. जिथे साक्षात महाभारताचा उल्लेख आहे, पांडवांचा स्पर्श आहे आणि पराशर ऋषींचा अधिवास आहे; अशा जागेला आध्यात्मिक महत्त्व नसेल, तरच नवल. त्यामुळे तलावाचे भौगोलिक गुणधर्म काय याची कुणी माहितीची घेऊ दिली नाही. अगदी तलावाची खोली किती हेदेखील कुणी सांगू शकत नाही, कारण तशी खोली मोजण्याची संधीच स्थानिकांनी कधी मिळू दिली नाही. काही हजार वर्षे जुना असलेल्या, समुद्रसपाटीपासून २,७३० मीटर उंचीवर वसलेल्या, दीड किलोमीटर परिघाच्या तलावाची खोली म्हणजे तज्ज्ञांसाठी, अनेकांसाठी कुतूहल आहे. मात्र त्याचा उलगडा कधी होईल, हे काही सांगता येत नाही. बरे, इथे तलावामध्ये एक छोटेसे बेट आहे. हे बेट तलावाच्या पाण्यावर तरंगलेले आहे, असे वाटते. या मागचे शास्त्रीय कारण आजही कोणालाच माहीत नाही. या बेटाच्या तरंगण्याचा व तलावाच्या खोलीचा काही संबंध आहे का, याबद्दलदेखील कुतूहल आहे. तुम्ही जेव्हा प्राशर तलावाला भेट देता, तेव्हा तुमचेदेखील कुतूहल जागृत होते. मीदेखील निरखून पाहण्याचा प्रयत्न केला, अर्थात काही हाती लागले नाही. या तलावापासून आपण जेव्हा चहू बाजूंनी बघतो, तेव्हा किन्नौर, पीर-पंजाल व धौलधार या हिमालयन रांगांचे विलोभनीय दृश्य तुम्हाला इतर सर्व काही विसरायला लावते. डोळ्यांची पारणे फेडणारे हे दृश्य बघून नक्कीच असे वाटते, की कामरूनाग देवतेचा येथे थांबण्याचा निर्णय योग्यच होता.

रूपकुंड तलाव व तेथे आढळणारे मानवी सांगाडे

जसा प्राशर तलाव अद्भुततेसोबत मनमोहक आनंद देतो, तसा रूपकुंड तलाव हा धडकी भरवतो. तुम्हाला हा रूपकुंड तलाव माहीत असेल ट्रेकिंगसाठी. ट्रेकर्सच्या पसंतीचा असलेला रूपकुंड तलाव हा उत्तराखंड राज्यातील हिमालयाच्या त्रिशूल पर्वतरांगेत तब्बल ५,०२० मीटर उंचीवर स्थित आहे. समुद्रसपाटीवरून इतक्या उंच ठिकाणी असलेल्या या तलावाचे वैशिष्ट्य अजबच आहे. तुम्ही येथे गेलात, की पहिले काय दिसते, तर मानवी हाडांचे सांगाडे, तेदेखील थोडेथोडके नाही तर तब्बल तीनशे! हिवाळ्यात गेलात तर थंडीने जीव घाबरा होईल, त्यात भर पडेल हाडांच्या आजूबाजूला गोठलेल्या तलावाने. उन्हाळ्याच्या सुरुवातीला मात्र जेव्हा हिम वितळायला लागते, तेव्हा तलावातील पाणी अत्यंत नितळ असते. त्या वेळी तळाशी असलेले सांगाडे अत्यंत सुस्पष्ट दिसतात. हा तलाव म्हणजे संशोधकांसाठी खाण आहे.

या सांगाड्यांचा सर्वांत पहिल्यांदा शोध घेतला, तो १९४२मध्ये 'नंदादेवी गेम रिझर्व्ह'चे रेंजर हरी किशन मढवाल यांनी. या सांगाड्यांचे मूळ शोधण्यासाठी १९५०च्या दशकापासून भारतीय, तसेच अनेक नामवंत आंतरराष्ट्रीय संस्थांनी मोठ्या प्रमाणात संशोधन केले. अंदाजे नवव्या शतकात एखाद्या प्रचंड मोठ्या गारपिटीखाली किंवा हिमप्रपातात सापडलेल्या समूहाचे हे सांगाडे असून सर्वांच्याच डोक्यावर एखाद्या मोठ्या गोल वस्तूने आघात करावा, अशी जखम आढळून आली. पण काही शतकांपूर्वी, एकाच वेळी एवढे लोक ५ हजार मीटरहून उंचीवर का व कसे पोहोचले, हे मोठे गूढ आहे.

असे सगळे पाहिले, की माझ्यातील कुतूहल असणारा गिर्यारोहक जागा होतो, जर नवव्या शतकात ५ हजार मीटर उंचीवर एवढे लोक जर सहज येऊ शकत असतील, तर कोणीतरी एव्हरेस्टसारख्या शिखरावरदेखील पोहोचले असेल. बरे, पोहोचले असेल, तर

मग त्याचे डॉक्युमेंटेशन का केले नसेल, असे शेकडो प्रश्न माझ्या डोक्यात रुंजी घालत राहतात. रूपकुंडचे गूढ आणि कुतूहल अजूनही माझ्या डोक्यातून जात नाही. मी याबद्दल खूप वाचतो, बघतो.

२००३मध्ये जेव्हा 'नॅशनल जिओग्राफिक'च्या संघाने संशोधनासाठी रूपकुंड येथील तीस सांगाडे बाहेर काढले, तेव्हा त्यांतील अनेक सांगाड्यांवर काही प्रमाणात मांस तसेच होते. लाकडी शिल्पे, चामडी पादत्राणे इत्यादी गोष्टीदेखील तलावात आढळून आल्या. त्यामुळे रूपकुंडच्या सांगाड्यांचे गूढ आणखी वाढले. जेव्हा पहिल्यांदा रूपकुंडला भेट देतो, तेव्हा तेथील नजारा पाहून अंगावर काटा आल्याशिवाय राहत नाही.

प्राशर तलाव असो वा रूपकुंड, हिमालयात अशा अनेक जागा आहेत, ज्या अद्भुत व रोमांचकारी आहेतच, सोबतीला अचंबित करणाऱ्यादेखील आहेत. या जेवढ्या गूढ आहेत, तेवढ्याच नितांत सुंदरदेखील आहेत. या अशा अलौकिक जागांचा अनुभव घेण्यासाठी एकदा तरी हिमालयाला भेट द्यायला हवी.

■　■　■

रौद्ररूपी
हिमालय

उंचच उंच शिखरांनी नटलेला, देवतांच्या अधिवासाने पावन झालेला, निसर्गसंपदांनी समृद्ध असा हिमालय जेवढा नितांत सुंदर आहे, तेवढाच रौद्रदेखील. कधी विध्वंसक भूकंपातून, कधी विनाशकारी ढगफुटीतून, तर कधी अजस्त्र हिमप्रपातातून हिमालयाचे भीषण रूप आपण बघितले आहे. जीवन समृद्ध करणाऱ्या अनुभवांसोबतच मनावर खोल परिणाम करणाऱ्या भीतिदायक आठवणीदेखील या हिमालयाने मला दिल्या. हिमालयात होणाऱ्या विविध घटनांमागे मानवाने निसर्गाची केलेली अपरिमित हानी हे मुख्य कारण जरी असले, तरी हिमालयाची भौगोलिक रचना व वैशिष्ट्येदेखील तेवढीच कारणीभूत आहेत.

जगातील सर्वांत तरुण पर्वतरांग अशी ओळख असलेल्या हिमालयाची उत्पत्ती ही मुळात समुद्रातून झालेली आहे. एक कोटीपेक्षाही जास्त वर्षांपूर्वी जेव्हा भारतीय प्रस्तर उत्तरेकडे सरकत युरेशियन प्रस्तराला धडकले, तेव्हा दोन प्रस्तरांच्या धडकेतून काही हजार किलोमीटर लांब व उंचच उंच डोंगररांगा तयार झाल्या. या डोंगररांगा म्हणजेच हिमालय. जेव्हा दोन प्रस्तरांची धडक झाली, तेव्हा त्यात असलेला 'टेथिस' नावाचा समुद्र नष्ट पावला. या समुद्रातील काही अंश आजही हिमालयात सापडतात. सहसा समुद्रात आढळणारे जीवाश्म अगदी एव्हरेस्ट शिखरमाथ्यावरदेखील सापडले आहेत.

समुद्राचे अंश असलेला हिमालय हा तसा ठिसूळ श्रेणीत गणला जातो. सह्याद्री जसा बसाल्ट प्रकारच्या कातळ खडकांमुळे कणखर बनलेला आहे, तसा हिमालय नाही. हिमालयाच्या ठिसूळतेमुळे व इतर अनेक कारणांमुळे येथे हिमप्रपात नित्याचेच. असाच एक हिमप्रपात मी व माझ्या संघाने २०१२मध्ये 'गिरिप्रेमी'च्या एव्हरेस्ट मोहिमेदरम्यान अनुभवला. तेदेखील तब्बल ६,४०० मीटर उंचीवर.

मी कधीही २७ एप्रिल २०१२ हा दिवस विसरू शकत नाही. वातावरणाशी मिळतेजुळते होण्यासाठी आम्ही बेस कॅम्पहून कॅम्प-२पर्यंत चढाईसाठी निघालो. बेस कॅम्प - खुम्बू आइसफॉल - कॅम्प-१ अशी मजल-दरमजल करत आम्ही कॅम्प-२च्या दिशेने चढाई करत असताना नुप्त्से शिखराच्या बाजूने एक मोठा हिमप्रपात (ॲव्हलांच) कोसळताना दिसला. असा अजस्र हिमप्रपात आम्ही सर्वच जण पहिल्यांदाच पाहत होतो. सर्वांसाठीच हा रोमांचकारी क्षण होता. प्रत्येकाला हा क्षण आपल्या कॅमेऱ्यामध्ये कैद करायचा होता. त्यामुळे लगबगीने आम्ही कॅमेरा काढू लागलो. मात्र, त्याच वेळी आमच्यासोबत असलेल्या अनुभवी रिंजी शेर्पांने येणारा धोका ओळखला व सगळ्यांना ताबडतोब जमिनीलगत झोपून, आहे त्या गोष्टीचा आधार घेऊन घट्ट पकडण्यास सांगितले. आम्हाला काही कळायच्या आत १५ ते २० फूट हिमाची लाट अक्षरशः त्सुनामीच्या वेगाने आमच्या अंगावरून गेली. आम्ही सर्वच जण त्या हिमप्रपाताच्या कचाट्यात सापडलो होतो. माझ्यासोबत चेतन केतकर होता. आम्ही दोघे जण एकमेकांना घट्ट पकडून देवाचा

खुम्बू आइसफॉल *(Khumbu Icefall)*

धावा करत होतो. 'आता संपले सगळे, यात काही आपण जिवंत राहत नाही' अशीच भावना मनाला स्पर्शून गेली. क्षणार्धापूर्वी मन उत्तेजित करणारा हिमप्रपात आपल्याच अंगावर येऊन आपल्या आयुष्यातील शेवटचा क्षण बनतो की काय, अशी अवस्था झाली होती. मात्र दैव बलवत्तर म्हणून आम्ही वाचलो. सुदैवाने आम्ही पावडर स्नोच्या (भुसभुशीत हिम) लाटेत सापडलो होतो.

चार-पाच मिनिटांनी हिमलाट ओसरल्यावर जेव्हा आम्ही उभे राहिलो, तेव्हा सर्वच जण एखाद्या पिठाच्या गिरणीतून पिठाने माखून यावे, तसे हिमाने माखलो होतो. तेरा जणांचा संघ व सोबतीचे तीन शेर्पा असे आम्ही सर्वच्या सर्व सोळा जण सुखरूप होतो. हिमप्रपातातील कठीण हिमाचे दगडासारखे भाग वरच्या दिशेला राहिल्याने आम्ही बालंबाल बचावलो. आमच्या पुढे केवळ दहा मिनिटे पुढे चढाई करणाऱ्या संघातील एक शेर्पा या हिमप्रपातात सापडल्याने जबर जखमी झाला. त्याला रेस्क्यू करावे लागले. हा हिमप्रपात झाला, तेव्हा त्याचा आवाज इतका प्रचंड होता, की बेस कॅम्पवर असणाऱ्या सर्वच मंडळींना असे वाटले की, जे कोणी या हिमप्रपातात अडकले असतील, ते जिवंत राहूच शकणार नाहीत; इतका तो हिमप्रपात प्रचंड होता. सुदैवाने आमच्यापैकी कोणाला नखाएवढाही ओरखडा लागला नव्हता.

या २०१२मध्ये आलेल्या, जिवावर बेतणाऱ्या अनुभवानंतर २०१४च्या प्रलयंकारी हिमप्रपाताचा मी दुर्दैवाने साक्षीदार होतो.

हिमप्रपातानंतरची परिस्थिती

एव्हरेस्ट मोहिमेच्या निमित्ताने पुन्हा एकदा बेस कॅम्पवर असताना एका सकाळी हिमप्रपाताचा प्रचंड मोठा आवाज झाला. तंबूबाहेर येऊन पाहिले, तर खुम्बू खोऱ्यात हा प्रपात झाला आहे, हे कळले. दुर्दैवाने त्याच वेळी शेर्पांचा एक मोठा संघ खुम्बू खोऱ्यातूनच चढाई करत होता. हे सर्व जण या प्रपातात सापडले होते. त्यात सोळा शेर्पांचा दुर्दैवी मृत्यू झाला, तर अनेक शेर्पा जबर जखमी झाले. त्या दिवशी दिवसभर मदतकार्य सुरू होते.

दर वेळी जेव्हा हेलिकॉप्टर रेस्क्यू केलेल्या जखमी शेर्पाला अथवा मृत्युमुखी पडलेल्या शेर्पाचा मृतदेह खाली घेऊन येत असे, तेव्हा त्यांची अवस्था बघून काळजात चर्रर होत असे. एव्हरेस्टच्या चढाईच्या इतिहासातील हा सर्वांत मोठा अपघात होता. या अपघातामुळे १९५३नंतर पहिल्यांदाच एव्हरेस्ट शिखर मोहिमा त्या मोसमापुरत्या अधिकृतपणे थांबविण्यात आल्या.

जसा हिमप्रपात जवळून अनुभवला, तसा मी हिमालयातील भूकंपाच्या कचाट्यातदेखील सापडलो होतो. २०१५ला कुटुंबासमवेत सुटीसाठी काठमांडूत होतो. २५ एप्रिलच्या सकाळी काठमांडू शहरात गाडीने प्रवास करत असताना जोरदार हादरे बसण्यास सुरुवात झाली. आपण गाडीत नव्हे, तर एखाद्या खवळलेल्या समुद्रात अडकलेल्या नावेत बसलो आहोत की काय, असे वाटत होते. आजूबाजूला पाहिले तर

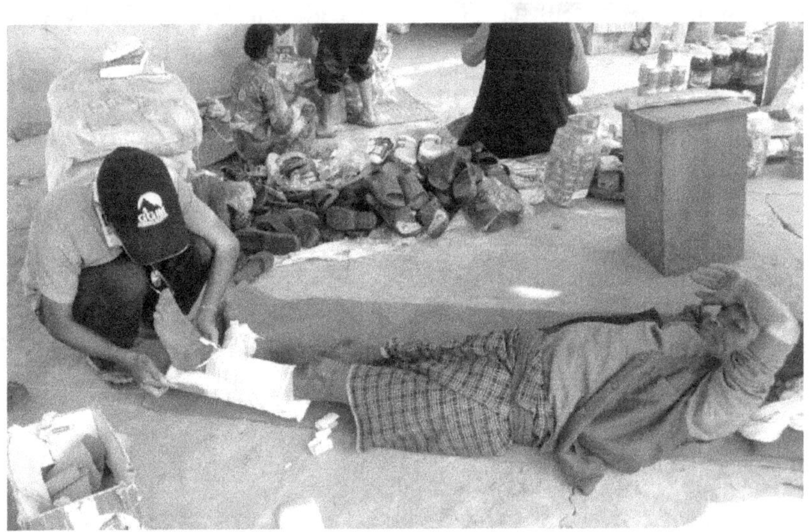

नेपाळ भूकंपग्रस्तांना मदत करताना 'गिरिप्रेमी'चे डॉ. सुमित मांडळे

इमारती हलताना, त्यांची पडझड होताना पाहिल्या. भूकंपाची जाणीव होताच आम्ही त्वरेने मोकळ्या मैदानाचा आसरा घेतला. या भूकंपामुळे काठमांडूतच नव्हे तर संपूर्ण नेपाळमध्ये, विशेषतः दुर्गम भागांमध्ये अपरिमित नुकसान झाले होते. या विध्वंसक भूकंपानंतर 'गिरिप्रेमी'चा संघ १५ दिवस नेपाळमध्ये अहोरात्र मदतकार्य करण्यात गुंतला होता. दुर्गम भागामध्ये काम करताना भूकंपाची व्याप्ती आम्हाला तीव्रतेने जाणवली. लोकांची घरे उद्ध्वस्त झाली होती. अनेक जण जखमी होते. रुग्णालयात पाय ठेवायला जागा नव्हती. वीजपुरवठा अर्थातच खंडित होता. खाण्या-पिण्याची सोय नव्हती. त्यात भरीस भर पाऊस होता. अशा परिस्थितीत मदतकार्य करताना आमच्यादेखील अंगावर काटा आला व डोळ्यांत पाणी तरळले.

भूकंप असो, हिमप्रपात असो किंवा इतर नैसर्गिक आपत्ती; हिमालय आपल्या रौद्र रूपाची जाणीव अनेकदा करून देतो. मला तर हिमालय भगवान शंकरासारखा भासतो. शांत आहे तोपर्यंत मनोहरी वाटतो, मात्र क्रोधित झाल्यावर अक्षरशः तांडव करतो. या तांडवरूपी हिमालयाचा अनेकदा अनुभव घेतल्यावरही माझी हिमालयाबद्दल असलेली आपुलकी तसूभरही कमी झालेली नाही.

■ ■ ■

हिमालयाचे वृक्षवैभव

भगवान लक्ष्मणाचा जीव वाचविण्यासाठी संजीवनी औषधी वनस्पती हनुमानाने ज्या हिमालय पर्वतरांगेतून आणली, ती पर्वतरांग म्हणजे विविध वनस्पतींचे, झाडांचे, फुला-फळांचे एक अद्भुत विश्वच आहे. विस्तीर्ण पसरलेल्या हिमालयात वनस्पतींच्या हजारो प्रजाती आहे, ज्या जगामध्ये इतर कुठेही शोधून सापडणार नाहीत. सोबतीला बर्च, ज्यूनिपर, ऱ्होडोडेंड्रॉन, पाइन, ओक, फर यांसारखे विविध वृक्ष हिमालयात सर्वत्र आढळतात.

हिमालयातील या रंजक वनस्पतिविश्वाने, येथील विविधतेने मला दर वेळी भारावून टाकले आहे. हिमालय म्हटले, की आपल्यासमोर उभे राहतात ती देवदार वृक्षाची सदाहरित वने. देवदार वृक्षाला हिंदू धर्मात कमालीचे महत्त्व आहे. या वृक्षाचे नावच मुळात 'देवाचे वृक्ष' असे आहे. अगदी रामायणातदेखील देवदाराचा उल्लेख आढळतो. १५०० ते ३००० मीटर उंचीवर आढळणारे देवदार वृक्ष हे ४० ते ५० मीटर उंच असतात. देवदार वृक्षाचे लाकूड इतके दमदार आहे, की काश्मीरमध्ये पाण्यात तरंगणाऱ्या हाउस बोटपासून घराघरात आढळणाऱ्या दणकट फर्निचरमध्ये, पूल, रेल्वे, बंधाऱ्यांमध्ये लागणाऱ्या लाकडापर्यंत देवदारचेच लाकूड वापरले जाते. पाण्यातही टिकू शकणारे, वर्षानुवर्षे चालणारे देवदारचे लाकूड खरे तर मानवासाठी वरदानच आहे.

हिमालयातील असेच एक वरदान ठरू पाहणारी वनस्पतीची प्रजात म्हणजे कॉर्डिसेप्स प्रकारची बुरशीजन्य वनस्पती. याची 'हिमालयन व्हायग्रा' म्हणून ओळख आहे. चीनमधून या बुरशीजन्य वनस्पतीला प्रचंड मागणी आहे. उत्तराखंड राज्यातील दुर्गम भागात, नेपाळमधील डोंगराळ प्रदेशात काही विशिष्ट दिवसांमध्येच ही बुरशी उगवते. या वनस्पतीला स्थानिक लोक 'किडाजडी' असे म्हणतात. ही किडाजडी शोधण्याची एक कला आहे, ती प्रत्येकाला जमेलच अशी नाही. त्यामुळे या बुरशीचा मोसम आला, की गावेच्या गावे कॉर्डिसेप्सच्या शोधत डोंगर पालथे घालतात. या बुरशीजन्य वनस्पतीच्या मागे असलेले अर्थकारण बरेच मोठे आहे. यातून अनेक छोट्या कुटुंबांना आर्थिक लाभ झाला आहे. कोणत्याही प्रयोगशाळेत तयार न करता येणाऱ्या या बुरशीजन्य वनस्पतीचा खरेच काही वैज्ञानिक उपयोग आहे का, यावर संशोधन चालू आहे; मात्र चिनी बाजारातील मागणीने स्थानिक लोकांसाठी कॉर्डिसेप्स वरदान ठरू पाहते आहे.

हिमालयातील हवामान विलक्षण आहे, त्याचा परिणाम येथील वृक्षसंपदेवर ठळकपणे दिसून येतो. पर्वताच्या पायथाच्या भागात उष्ण कटिबंधीय हवामान, मध्यम अल्टिट्यूडवर समशीतोष्ण कटिबंधीय, तर अतिउंचीवर टुंड्रा प्रकारचे हवामान असल्याने हिमालयात मध्यम भागात घनदाट जंगले, तर अतिउंचीवर म्हणजेच ४ हजार मीटर उंचीच्या आसपास खुरटी झुडपे आढळतात. जसजशी उंची वाढते, तसतसे ऑक्सिजनचे प्रमाण कमी होते. अर्थात झाडेदेखील कमी होतात. गिर्यारोहणाच्या भाषेत 'ट्रीलाईन' संपली, की चढाईवर परिणाम होतो. हिमालयीन मोहिमांच्या वेळी बेस कॅम्पपर्यंत ट्रेक करताना हा वनांपासून झुडपांपर्यंतचा प्रवास मी दर वेळी अनुभवला आहे.

माझ्या 'हिमालयातील दिवसां'मध्ये मला आकृष्ट करणाऱ्या काही प्रमुख वनस्पतींपैकी एक म्हणजे भोजपत्र. या वृक्षाच्या सालीवर लिहिता येऊ शकते. प्राचीन काळात अनेक ऋषिमुनी याच भोजपत्रांचा वापर लिखाणासाठी करत असत. कुतूहलापोटी मीदेखील या भोजपत्राचा लिहिण्यासाठी उपयोग केला होता. १९८६मध्ये मी जेव्हा उत्तरकाशी येथील 'नेहरू इन्स्टिट्यूट ऑफ माउंटेनीयरिंग'मध्ये गिर्यारोहणाचा अभ्यासक्रम शिकत होतो, तेव्हा खास भोजपत्रावर लिहिलेले पत्र मी माझ्या वडिलांना पुण्यात पाठवले होते. आजही ते पत्र माझ्याकडे संग्रही आहे.

भोजपत्र

हिमालयात आढळणारी ऱ्होडोडेंड्रॉनची फुले

हिमालयातील फुलझाडेदेखील तेवढीच प्रसिद्ध आहेत. ऱ्होडोडेंड्रॉन हे झाड व या झाडाला लागणारी फुले ही दोन्हीही मनमोहक आहेत. भारतातील सिक्किम व उत्तराखंड राज्यांतील 'राज्यवृक्ष' म्हणून ऱ्होडोडेंड्रॉनला मान्यता दिली आहे, तर हिमाचल प्रदेशमध्ये ऱ्होडोडेंड्रॉन प्रजातीतील गुलाबी ऱ्होडोडेंड्रॉन फूल हे राज्याचे अधिकृत फूल म्हणून ओळखले जाते. नेपाळमध्ये ऱ्होडोडेंड्रॉन फुलाला 'राष्ट्रीय फुला'चा दर्जा आहे. या फुलाला वाळवून त्याचा वापर फिश करीमध्ये केला, तर माशांची हाडे मऊ होतात व खाताना त्यांचा त्रास होत नाही, अशी स्थानिक लोकांची दृढ भावना आहे. आमच्या गिर्यारोहण मोहिमांचे सोबती असलेले शेर्पा बांधवदेखील फिश करीचा खरा आस्वाद ऱ्होडोडेंड्रॉनच्या वाळलेल्या फुलांमुळेच घेता येतो, हे आवर्जून सांगतात. मनाला मोहून टाकणारी ऱ्होडोडेंड्रॉन फुले व त्यांची झाडे हिमालयात सर्वत्र आढळतात.

हिमालयातील उंचीवरील कुरणांना तेथील स्थानिक 'बुग्गीयाल' असे म्हणतात. हिमालयातील मेंढपाळ आपल्या मेंढ्यांना पौष्टिक अन्न मिळावे, यासाठी बुग्गीयालच्या शोधात मैलोन्मैल प्रवास करतात. या प्रवासांतूनच या मेंढपाळांनी जाणते-अजाणतेपणी हिमालयातील दऱ्याखोऱ्यांतील अनेक दुर्गम वाटा शोधून काढल्या. या मेंढपाळांनी शोधलेल्या वाटांचा आधार घेऊनच गिर्यारोहक अनेक दुर्गम शिखरांच्या बेस कॅम्पपर्यंत पोहोचू शकले.

हिमालयात अतिउंचीवर फार कमी प्रमाणात वृक्षसंपदा आढळते. ४००० मीटर उंचीनंतर फक्त झुडपेच आढळतात. यातील ज्यूनिपर या झुडपाच्या पानाफुलांचा वापर हा बौद्धधर्मीय लोक धूप म्हणून करतात.

मी तर प्रत्येक वेळी पुण्यात परतताना ज्यूनिपर घेऊनच येतो व शक्य तितके दिवस पुरवून-पुरवून वापरतो. ज्यूनिपरचा वास सकारात्मकता घेऊन येतो, याची प्रचिती अनेक वेळा घेतली आहे. शेर्पा बांधवदेखील या सुवासाने प्रफुल्लित होऊन जोमाने काम करतात. आपण एखाद्या समूहाच्या, देशाच्या, लोकांच्या संस्कृतीचा अविभाज्य भाग असणारे घटक जर आत्मसात केले, तर त्याचा चांगला परिणाम होतो. आपणही त्यांच्यातीलच आहोत, अशी आश्वासकता त्यांना मिळते. यांतून नाती दृढ होतात, ऋणानुबंध वाढतो.

हिमालयातील फुलांचे विश्वदेखील प्रचंड मोठे आहे. उत्तराखंड राज्यातील हिमालयातील एक संपूर्ण व्हॅलीच फुलांसाठी प्रसिद्ध आहे. खालच्या बाजूला घनदाट जंगलाची हिरवी चादर, व्हॅलीत पसरलेले विविधरंगी फुलांचे गालिचे व वरच्या बाजूला धवल हिमालय... हा नजारा डोळ्यांत साठवून ठेवण्यासारखा आहे. यासाठी दर वर्षी ऑगस्ट-सप्टेंबर महिन्यात हजारो ट्रेकर्स जगभरातून 'व्हॅली ऑफ फ्लॉवर्स'ला भेट देण्यासाठी येतात. माझी हिमालयाशी ओळखच १९७८मध्ये वयाच्या तेराव्या वर्षी शालेय जीवनात असताना 'व्हॅली ऑफ फ्लॉवर्स'च्या ट्रेकच्या निमित्ताने झाली. या पहिल्या भेटीतच मी हिमालयाच्या प्रेमात पडलो. आजही त्या पहिल्या ट्रेकच्या आठवणी मनात ताज्या आहेत.

हिमालयातील काही वृक्ष हे धोकादायकदेखील आहेत. दिसायला सुंदर असणारे पाइन वृक्ष हे जैवविविधतेसाठी घातक आहेत. उत्तराखंड राज्यातील १६ टक्के वने ही पाइन वृक्षांनी व्यापलेली आहेत. मात्र ज्वलनशील म्हणून ओळख असलेले पाइन वृक्ष वणवा पेटण्यासाठी व वेगाने पसरवण्यासाठी जबाबदार ठरतात. दक्षिणेतील तिरुपती देवस्थानच्या सर्वोच्च ठिकाणीदेखील पाइन दिसल्याने मला आश्चर्याचा धक्का बसला.

हिमालयातील वृक्षसंपदेतील आणखी एक दागिना म्हणजे रुद्राक्ष. हिमालयातील रुद्राक्ष आपल्याकडे बहरतील का असा प्रश्न मला नेहमी पडायचा. मी एकदा हा प्रयोग

करून पाहायचे ठरवले. एका हिमालयीन भेटीनंतर मी रुद्राक्षाचे रोप पुण्यात आणले व आमच्या खाटपेवाडीत असलेल्या 'मधुरांगण' प्रकल्पाच्या परिसरात लावले. २००९मध्ये हे रुद्राक्षाचे झाड लावले होते. सुरुवातीची काही वर्षे याचा फारसा परिणाम काही दिसला नाही. मात्र तब्बल १४-१५ वर्षांनंतर मेहनतीची खरी फळे चाखायला मिळाली, जेव्हा तब्बल दोन हजारपेक्षा जास्त रुद्राक्ष लगडलेली पाहायला मिळाली.

रुद्राक्ष

हिमालयात आढळणारी बहुरंगी ऑर्किडची फुले, बेरी किंवा सफरचंदासारखी रसरशीत फळे ही हिमालयातील सर्वगुणसंपन्न वातावरणाची साक्ष आहेत, असे मला वाटते. येथील झाडे, फळे, फुले, अगदी येथील माणसेदेखील टवटवीत व नितांत सुंदर वाटतात. हिमालयातील हे सुंदरतेचे देणे जवळून अनुभवता आले, याचे मला अतीव समाधान आहे.

■ ■ ■

हिमालयातील पर्यावरण

पर्यावरण आणि हिमालय यांचे अद्भुत नाते आहे. पर्यावरण संवर्धन व त्याबाबत जनजागृती ही काळाची गरज आहे. त्यासाठी अनेक जण वेगवेगळ्या पातळींवर कसोशीने प्रयत्न करत आहेत. डोंगर-पर्वतरांगांमध्ये रमणारा गिर्यारोहकदेखील पर्यावरण संवर्धनाचे काम करतो आहे. मी जेव्हा हिमालयात गिर्यारोहणाच्या निमित्ताने जातो, तेव्हा येथील जैवविविधतेने हरखून जातो. हिमालयाचे पर्यावरणीयदृष्ट्या अनन्यसाधारण महत्त्व आहे. भारतासाठी तर हिमालय ही निसर्गाची देणगी आहे, असे म्हटले तरी वावगे ठरणार नाही.

कधी विचार केला आहे का, जर हिमालय नसता तर? मला तर ही कल्पना करतानादेखील अंगावर काटा येतो. हिमालय नसता, तर कदाचित हा भारत देशच अस्तित्वात नसता असे वाटते किंवा भारताचे आजचे भौगोलिक व सांस्कृतिक 'भारतीयपण' अस्तित्वातच आले नसते. काय झाले असते, हिमालय नसता तर!

हिमालय नसता, तर संपूर्ण उत्तर भारत हा वाळवंटीय प्रदेश असता, कारण मंगोलियाच्या बाजूने येणाऱ्या वाळवंटीय वादळांना, वाऱ्यांना थांबविण्याची कोणतीही भौगोलिक रचनाच अस्तित्वात नसती. त्यात गंगा, यमुना, सिंधू, ब्रह्मपुत्रा यांसारख्या जीवनवाहिनी नद्या, ज्यांचा उगम हिमालयात होतो, त्यादेखील अस्तित्वात नसत्या.

सिक्कीममधील
कांचनजुंगा
परिसरातील
लाम पोखरी ग्लेशियर
तलाव

उत्तरेकडून येणाऱ्या ध्रुवीय अतिथंड वाऱ्यांना भारतीय प्रदेशात शिरकाव करण्यासाठी कोणताही अडथळा नसता; पर्यायाने या प्रदेशात हिवाळ्यात तापमानाने नीचांक गाठला असता. अरबी समुद्र व बंगालच्या उपसागरातून वाहणाऱ्या व पाऊस घेऊन येणाऱ्या मान्सून वाऱ्यांनादेखील अडवणारा हिमालय नसल्याने भारतात पर्जन्यप्रमाण कमालीचे कमी असते. थोडक्यात, हिमालय नसता तर भारत, पाकिस्तान, बांगलादेश इत्यादी देशांत वसलेल्या तब्बल १५० कोटी लोकसंख्येचे अस्तित्व टिकवून ठेवण्यात अडचणी आल्या असत्या. त्यातून निर्माण होणाऱ्या सांस्कृतिक प्रश्नांवर तर बोलायलाच नको. असा हा हिमालय भारतीय उपखंडच नव्हे, तर संपूर्ण पृथ्वीच्या पर्यावरणीय शाश्वत विकासात महत्त्वाचा घटक आहे.

हिमालयाशी गिर्यारोहकांचा अतिशय दृढ ऋणानुबंध आहे. आपल्या अंगाखांद्यांवर चढाई करू देणाऱ्या, शिखरचढाई करू देणाऱ्या हिमालयाप्रति गिर्यारोहकांना अतीव आदर आहे. कोणत्याही प्रकारे हिमालयाला होणारी हानी ही गिर्यारोहकांसाठी दुःखदायक असते, असे स्वानुभवातून मी नक्कीच सांगू शकतो.

आम्ही गिर्यारोहक जेव्हा कोणत्याही शिखरचढाईसाठी हिमालयात जातो, तेव्हा कोणत्याही प्रकारचा कचरा पाठीमागे ठेवत नाही. अनेक वेळा हिमालयात अतिउंच शिखरांवर चढाई करणाऱ्या, मुखत्वे एव्हरेस्ट शिखर मोहिमेवर जाणाऱ्या गिर्यारोहकांवर

नेपाळच्या कांचनजुंगा बायोडायव्हर्सिटी पार्कमधील घनदाट जंगल

अतिउंचीवर कचरा केल्याचा आरोप होतो. मात्र या आरोपांत काहीही तथ्य नाही, हे मी आवर्जून सांगू इच्छितो. एक तर एव्हरेस्ट मोहिमेत बेस कॅम्पहून पुढील चढाईला जाण्याआधी सोबत किती कचरा करू शकणाऱ्या वस्तू आहेत व परत येताना त्या खाली आणल्या गेल्या आहेत की नाही, यासाठी नेपाळ सरकारचा विशेष संघ कार्यरत असतो. त्यात गिर्यारोहक खाद्यपदार्थांचे टिन्स, रिकामे ऑक्सिजन सिलेंडर्स, इतकेच काय, तर मानवी विष्ठा व मलमूत्रदेखील अतिउंचीवर तसेच टाकून न देता खाली घेऊन येतात. पुढे त्यांचे ४० किलोमीटर खाली असलेल्या गावात विघटन केले जाते. हे नियम सर्वच गिर्यारोहक अतिशय काटेकोरपणे पाळतात, तरीदेखील खबरदारी म्हणून एव्हरेस्टसारख्या मोहिमांमध्ये प्रति गिर्यारोहक ५ हजार अमेरिकन डॉलर्स एवढे 'गार्बेज डिपॉझिट' नेपाळ सरकारकडे जमा करावे लागते. हिमालय, तेथील हिमशिखरे ही नेपाळसाठी जीवनवाहिनी आहेत; त्यामुळे येथे कचरा होऊ नये, पर्यावरणाचा

कांचनजुंगा बेस कॅम्प ट्रेकदरम्यान गिरिप्रेमी कार्यकर्ता नमुने गोळा करताना

कांचनजुंगा येथे समिती तलाव परिसरात एसपीपीयू इको ट्रेकर्स
टीमचे सदस्य मातीचे नमुने गोळा करताना

—ह्रास होऊ नये, यांसाठी नित्यनेमाने हिमालयातील स्वच्छता मोहीम हाती घेतली जाते. यात अतिउंचीवरील सर्व प्रकारच्या कचऱ्यासोबतच मृतदेहदेखील खाली घेऊन येण्यावर भर दिला जातो. याच वर्षी पुन्हा एकदा एव्हरेस्ट शिखर परिसरातील स्वच्छता मोहीम नेपाळ सरकारने राबवली.

हिमालय हा पर्यावरणीयदृष्ट्या वैविध्यपूर्ण आहे. येथे असणाऱ्या दगडधोंड्यांपासून ते उंचावर घिरट्या घालणाऱ्या पक्ष्यांपर्यंत सर्वांचे विशेष असे महत्त्व आहे. त्यांचे संवर्धन करण्यात, जतन करण्यात, अभ्यास करण्यात गिर्यारोहकांचा मोठा वाटा आहे. अगदी ब्रिटिशकालीन मोहिमांपासून गिर्यारोहक विविध पर्यावरणीय नोंदी ठेवत आले आहेत. यांतून उत्पन्न होणाऱ्या माहितीचा उपयोग अनेक संशोधकांना, शास्त्रज्ञांना झाला आहे. अशीच एक 'गिर्यारोहणासोबत पर्यावरण' अशी जोडमोहीम आम्ही आयोजित केली होती. २०१९मध्ये 'गिरिप्रेमी'ची कांचनजुंगा शिखरावर आयोजित मोहीम ही फक्त शिखरचढाईची मोहीम नव्हती, तर एक 'इको एक्सपीडिशन'ही होती. कांचनजुंगा जैवविविधता परिसराचा अभ्यास करण्यासाठी शास्त्रज्ञांना सर्वार्थाने मदत करणे, हा या मोहिमेचा उदेश होता. यात पुण्यातील 'सावित्रीबाई फुले पुणे विद्यापीठ', 'आघारकर संशोधन संस्था', डेहराडून येथील 'वाडिया इन्स्टिट्यूट ऑफ हिमालयन जिओलॉजी'

इत्यादी संस्थांच्या संयुक्त विद्यमाने आम्ही शाश्वत पर्यावरणीय विकासासाठी महत्त्वपूर्ण काम केले. यात २ हजार मीटर उंचीपासून ते थेट ८ हजार मीटर उंचीपर्यंत जैवविविधीय अभ्यासासाठी दगड-माती, पाणी-बर्फ इत्यादींचे विविध नमुने गोळा केले व शास्त्रज्ञांना सुपुर्द केले. याच इको-मोहिमेदरम्यान आम्हाला कळलेली एक रंजक माहिती अशी होती की, कांचनजुंगा जैवविविध परिसरामध्ये फक्त येथेच अस्तित्व असणारी असंख्य प्रकारची शेवाळी आढळतात. यांतील काही शेवाळी तर चक्क खाद्यपदार्थ म्हणून वापरली जातात. काही प्रकारच्या शेवाळ्यांच्या आधारे, सोबतीला झाडे, फळे, फुले वापरून येथील स्थानिक लोक रंग तयार करतात. याचा स्थानिक अर्थव्यवस्थेला चांगला हातभार लागतो. आमच्या इको इक्स्पेडिशनच्या संघामध्ये सहभाग घेतलेल्या गोपाळ भलावी या सावित्रीबाई फुले पुणे विद्यापीठातील विद्यार्थ्याने कांचनजुंगा परिसरातील 'डायटोमस'चा (एक प्रकारच्या शैवालाचा) अभ्यास करून शोधप्रबंध सादर केला. तसेच विद्यापीठाच्या भूशास्त्र विभागाने याच मोहिमेदरम्यान १,७३६ ते ४,६०२ मीटर उंचीवर स्थित विविध हिमनदीच्या सरोवरातील (ग्लेशियर/ टार्न लेक्स) मातीचे नमुने हे जमिनीवरील व जमिनीखाली (२ मीटर खोलीपर्यंत) गोळा केले गेले. त्यांतील एकूण ७२ नमुन्यांचे परीक्षण करून हिमनद्यांचा शास्त्रीय अभ्यास केला. ज्याचा उपयोग येणाऱ्या काळात हिमनद्यांच्या संवर्धनासाठी करण्यात येईल.

हिमालय आहे म्हणून आपण आहोत. हिमालयालादेखील संवेदना आहेत, असे मी मानतो. त्यावर प्रेम करणाऱ्या, निसर्गाला देव मानणाऱ्या, कचरा न करता पर्यावरणाचा विचार करून वावरणाऱ्या सर्वांना हिमालय आपलेसे करतो. यातूनच जागतिक तापमानवाढ, सतत वितळणारा बर्फ, हवामानात होणारे बदल या भौतिक समस्यांना तोंड देण्याचे मानसिक बळ हिमालयाला व त्याच्या लाडक्या गिर्यारोहकांना मिळेल, असे मला वाटते.

■ ■ ■

हिमालयातील
प्राण्यांशी भेट

हिमालय म्हटले की हिमाच्छादित हिमशिखरे, सतत होणारी हिमवृष्टी, कडाक्याची थंडी असेच चित्र अनेकांच्या डोळ्यांसमोर उभे राहते. मात्र हिमालय याहून खूप वेगळा आहे. सदाहरित वनांचा, विविध प्राणी-पक्ष्यांना आपलेसे करणारा आहे. हिमालयाची अशी एक वेगळी जीवनसृष्टी आहे. त्यात जसा मानव हा महत्त्वाचा घटक आहे, तेवढेच महत्त्वाचे येथील प्राणिविश्व आहे. येथे सापडणारे अनेक प्राणी-पक्षी हे फक्त हिमालयाचेच. जगात इतर कुठेही शोधून सापडणार नाहीत. माझ्या 'हिमालयातील दिवसां'मध्ये अशा अनेक प्राण्यांचा सहवास मला लाभला. यांतील काही अनुभव हे भीतीने गाळण उडवणारे होते, काही अनुभव पोट धरून हसायला लावणारे होते, काही अनुभव हे आनंद देणारे होते, तर काही अनुभव हे आश्चर्यचकित करणारे होते. या सर्व अनुभवांतून माझे हिमालयातील प्राणिविश्वाशी एक अनामिक नाते जडले गेले.

हिमालयातील मानवी जीवनाचा अविभाज्य भाग असलेला प्राणी म्हणजे याक. बैलापेक्षाही मोठा, दिसायला भारदस्त आणि तेवढ्याच बेदरकार वाटणाऱ्या याकला बघून एखाद्याला भीती वाटू शकते. मात्र, हा याक खऱ्या अर्थाने मानवाचा मित्रच. याकला पाहिले की सह्याद्रीतील गव्याची आठवण येते. आपल्याकडे पठारी भागात गायींची जशी

४९

उपयुक्तता आहे, तशीच, किंबहुना त्याहूनही अधिक उपयुक्त असा हा याक आहे. याकच्या केसांपासून लोकरी कपडे शिवता येतात. हिमालयातील काही भागांत याकचे मांसदेखील खातात. नेपाळमध्ये तर याकचे ताजे रक्त पिण्याचा वार्षिक उत्सव आयोजित केला जातो. याकचे ताजे रक्त कावीळ, पोटाचे आजार इत्यादी घालविण्यासाठी उपयुक्त आहे, असा समज आहे. याकला न मारता गळ्याच्या भागातून रक्त काढून घेतले जाते. ही जखम पुढे जाऊन भरून निघते, जेणेकरून याकच्या जिवाला धोका पोहोचत नाही.

नेपाळ असो वा भारतीय हिमालय, संपूर्ण हिमालयीन पट्ट्यात कॅटल फॅमिलीतील याक दिसून येतोच. हिमालयातील मोहिमेला गेले, की याकचे दर्शन ठरलेले आहे. पाठीवर १०० किलोंहून अधिक वजनाचे सामान वाहून नेण्याची क्षमता असलेल्या याकचा वापर गिर्यारोहण मोहिमांमध्ये गेल्या १०० वर्षांपासून होत असल्याची नोंद आहे. आजही एव्हरेस्ट व इतर अतिउंचीवरील मोहिमांचे सामान बेस कॅम्पवर पोहोचवण्यासाठी याकाचाच वापर केला जातो. मानवाच्या वजन वाहण्याच्या क्षमतेपेक्षा तिप्पट ते चौपट क्षमता असलेल्या याकचे जथेच्या जथे एव्हरेस्ट बेस कॅम्पच्या ट्रेक मार्गावर नजरेस पडतात. याकचे दूधदेखील तेवढेच प्रसिद्ध आहे. खरे तर याक हा पुल्लिंगी प्राणी आहे, स्त्रीलिंगी याकला 'नाक' असे संबोधतात. अनेकदा हिमालयीन भागातील, विशेषतः नेपाळच्या दुर्गम भागातील दुकानांत, टी-हाउसमध्ये बाहेरून आलेला व्यक्ती याकच्या दुधाचा चहा किंवा याकच्या दुधापासून बनवलेल्या चीजची मागणी करतो, तेव्हा तेथील स्थानिक लोकांच्या चेहऱ्यांवर हास्य उमटते. याक नव्हे, तर नाक दूध देते, असे सांगून ते समोरच्या व्यक्तीच्या ज्ञानात भर घालतात. हा अनुभव मीदेखील सुरुवातीच्या दिवसांमध्ये घेतला आहे.

हिमालयातील मानवी जीवनाचा अविभाज्य भाग : याक

हिमालयात अनेक अभयारण्ये आहेत. अनेक हिंस्र प्राण्यांचे माहेरघर असलेली घनदाट जंगले हिमालयाच्या विविध भागांत आढळतात. हिमालयाच्या पायथ्याच्या भागांत जंगले व उंचीवरील भागात हिमवर्षाव असे समीकरण आहे. त्यामुळे गिर्यारोहण असो व ट्रेकिंग, जंगलातून मार्गस्थ होऊनच बेस कॅम्प व पुढे शिखरमाथा गाठावा लागतो.

अशाच एका 'हाय अल्टिट्यूड ट्रेक'साठी मी व माझा मित्र अविनाश फौजदार १९९८मध्ये हिमाचल प्रदेशातील ३,७०० मीटर उंचीवर स्थित *बियास कुंड* येथे ट्रेकसाठी जात होतो. आमच्यासोबत स्थानिक गाईड राम सिंगदेखील होता. सोलंग व्हॅलीतून ट्रेक करत असताना आम्ही तिघे जण गप्पांमध्ये दंग होतो. तितक्यात वाटेत काही मीटर अंतरावर भलेमोठे *अस्वल* आमच्या समोर येऊन उभे ठाकले. पाच-साडेपाच फूट उंचीचे, १२०-१५० किलोग्रॅम वजनाचे असेल. एवढ्या धिप्पाड, काळ्या रंगाच्या त्या अस्वलाला समोर बघून आमची गाळण उडाली. ते आमच्या समोर स्तब्ध उभे होते, आणि आम्ही त्याच्या समोर! प्रसंग बाका होता. माझी व अविनाशची अस्वलाला इतक्या जवळून समोरासमोर बघण्याची ही पहिलीच वेळ होती. राम सिंगला मात्र अस्वलांचा फार वाईट अनुभव होता. त्यामुळे तो आणखी घाबरला होता. तरीही त्याने आम्हाला बिलकूल हालचाल न करता स्तब्ध थांबण्यास सांगितले. थोडा वेळ आमचा अंदाज घेऊन अस्वल आहे त्या जागेवरून परत फिरले व जंगलात निघून गेले. आम्ही बालंबाल वाचलो होतो. अस्वल गेल्यावर राम सिंगने सांगितले की, सहसा अस्वल स्वतःहून हल्ला करत नाही. मादी अस्वल आपल्या पिल्लांना धोका जाणवत असेल तरच हल्ला करते. मात्र जेव्हा हल्ला करते, तेव्हा मात्र तो जीवघेणा असतो. राम सिंगच्या गावात हल्ला झालेल्या व्यक्तीचा संपूर्ण फाटलेला चेहरा बघून राम सिंगला अस्वलाची भीती बसली, असे त्यानेच नंतरच्या ट्रेकमध्ये आम्हाला सांगितले.

हिमालयातील अस्वले जशी प्रसिद्ध आहेत, तसेच येथील *हिमबिबट्या* किंवा *स्नो-लेपर्ड* प्रसिद्ध आहेत. एका विशिष्ट उंचीवर आढळणारा हा बिबट्या जगातील अत्यंत दुर्मीळ प्राण्यांपैकी एक. याची एक झलक मिळावी यासाठी अनेक ध्येयवेडे

हिमबिबट्या (स्नो-लेपर्ड)

छायाचित्रकार महिनोन्महिने लडाख व हिमालयाच्या अतिउंचीवर थंडीवाऱ्याची पर्वा न करता घालवतात. हा बिबट्या नेमका कसा राहतो, त्याचे खाद्य काय यांविषयी काही माहितीपट उपलब्ध आहेत, जे अतिशय रंजक आहेत. मलादेखील हिमालयात गेल्यावर एकदा तरी हा हिमबिबट्या आपल्याला दिसावा, असे अनेकदा वाटले आहे.

बिबट्याचे जरी दर्शन झाले नसले, तरी हिमालयातील *मस्क डियर (कस्तुरी मृग)* मात्र आम्हाला जवळून पाहायला मिळाला. २०१८मध्ये मी व रूपेश खोपडे जेव्हा कांचनजुंगा जैवसंवर्धन परिसरात ट्रेकिंगसाठी गेलो होतो, तेव्हा चपळ वेगाने पळणारे मस्क डियर आम्हाला दिसले होते. त्यामुळे आम्ही आनंदून गेलो होतो. असाच आनंद *मोनाल* या नेपाळच्या राष्ट्रीय पक्ष्याला बघूनदेखील झाला होता. त्याचे रूपच निराळे आहे.

हिमालयात आढळणाऱ्या प्राण्यांमध्ये *आयबेक्स* किंवा *माउंटन गोट* हादेखील प्राणी तेवढाच विस्मयकारी आहे. अतिउंचीवर एखाद्या सराईत गिर्यारोहकाला लाजवेल अशा पद्धतीने डोंगरदऱ्यात, हिमवर्षावात इतक्या चपळतेने वावरणारा हा प्राणी गिर्यारोहण मोहिमांत अनेकदा नजरेस पडतो. एवढ्या वर्षांत अनेकदा आयबेक्स पाहिला असेल, मात्र त्यापासून कधीही धोका जाणवला नाही. सशासारखा दिसणारा, अत्यंत भित्रा, पण दोन पायांवर उभा राहून आपल्याकडे टकमक बघणारा *मारमोट*देखील तेवढाच सुंदर प्राणी आहे. एकदा तर या भित्र्या मारमोटला स्वतःच घाबरून रस्ता

आयबेक्स   मारमोट

चुकणाऱ्या माझ्या एका ट्रेकर मित्राने धमाल आणली होती. मारमोटने डोळ्यांत डोळे घालून बघितल्यामुळे, एखादा हिंस्र प्राणी मागे लागल्यावर भीतीने धूम ठोकू, तसा आमचा मित्र पळाला होता.

हिमालयातील प्राणी-पक्षी जीवन विलक्षण आहे. गिर्यारोहण मोहिमेसाठी आम्ही कितीही उंचीवर बेस कॅम्प लावला असू, *हिमालयातील उंदीर* तेथे येणारच. तसेच आकाशात घिरट्या घालणारे *हिमालयीन गरुडदेखील* आमचे मोहिमेतील सखे-सोबती असतात. जोडीला कधीकधी *पिवळ्या चोचीचे कावळेदेखील* (Alpine Chough) मांस खाण्यासाठी तंबूबाहेर ठाण मांडतात, तर भरलदेखील मांस खाण्यासाठी आवर्जून आलेले आम्ही प्रत्येक मोहिमेत पाहतो. हा कावळा असो की कांचनजुंगा परिसरात आढळणारा, बांबूचे कोवळे फळ खाऊन जगणारा *लाल पांडा*... हे सर्वच प्राणी हिमालयाची 'इको सिस्टिम' शाश्वत ठेवण्यास मदत करतात. कधीकधी आपणच त्यांच्या जगात लुडबुड करत आहोत, असे वाटून जाते. त्यामुळे शक्य तेवढ्या वेळेस कोणत्याही प्राण्याला त्रास होणार नाही, याची काळजी घेतच आम्ही गिर्यारोहक हिमालयात वावरत असतो.

गेल्या चार दशकांपासून हिमालयात जातोय, असंख्य प्रकारचे प्राणी पाहिले, त्यांच्या तऱ्हा अनुभवल्या. तरीही आजदेखील हिमालयात गेले, की कोणता नवीन प्राणी-पक्षी दिसेल, याची उत्सुकता कायम आहे.

■ ■ ■

यतीची गोष्ट!

विस्तीर्ण पसरलेला हिमालय म्हणजे घनदाट जंगलांचे, दुर्गम पर्वतांचे, मानवी अस्तित्वाचा गंधही नसलेल्या हिमनद्यांचे माहेरघर! हिमालयात अशा अनेक जागा आहेत, जिथे मानवाचे आजतागायत पाऊल पडलेले नाही. या जागांनी, येथे अस्तित्वात असलेल्या सजीव सृष्टीने, झाडा-फुलांनी अनेक रहस्यमय गोष्टी आपल्या पोटात दडवून ठेवलेल्या आहेत. या गूढ गोष्टींची उकल कधी होईल, हे माहीत नाही. मात्र यातून निर्माण होणाऱ्या अनेक रहस्यमय व तेवढ्याच रंजक गोष्टींची रसभरीत चर्चा आजही अनेक जण अत्यंत आवडीने करतात. यांतील मी अनुभवलेली सर्वांत रंजक व रहस्यमय गोष्ट आहे 'यती'ची!

यती संकल्पनेशी माझी खरी ओळख झाली १९८८मध्ये. त्या वेळी उत्तरकाशी येथील 'नेहरू इन्स्टिट्यूट ऑफ माउंटेनीयरिंग' येथून गिर्यारोहणाचा प्रगत अभ्यासक्रम पूर्ण करून मी *माउंट थेलू* या गंगोत्री हिमालयातील ६ हजार मीटर उंचीवरील पर्वतशिखरावर मोहिमेसाठी गेलो होतो. माझा गिर्यारोहण क्षेत्रातील गुरू व जवळचा मित्र अविनाश फौजदार याने *माउंट सुदर्शन* या ६,५२९ मीटर उंच व चढाईसाठी अत्यंत कठीण असलेल्या शिखरावर नैर्ऋत्य धारेने चढाई करण्याचे ठरविले होते. या मार्गाचा अभ्यास करण्यासाठी मी *थेलू शिखर मोहीम* आयोजिली होती. थेलू शिखर हे सुदर्शन शिखराच्या अत्यंत जवळ

असून शिखरमाथ्यावरून सुदर्शन शिखराच्या नैर्ऋत्य धारेचा अंदाज घेता येतो, छायाचित्रे काढता येतात. त्यामुळे या शिखरावर मी मोहीम करावी, असे अविनाशने मला सुचविले. माझा नुकताच गिर्यारोहणाचा अभ्यासक्रम पूर्ण झाला होता. या अभ्यासक्रमासाठी मी तीन-चार आठवडे हिमालयातील अतिउंचीवर व्यतीत केली होती. त्यामुळे माझे शरीर अतिउंचीवरील वातावरणाशी मिळतेजुळते झाले होते. अशा परिस्थितीत कमी वेळेत मी थेलू शिखर मोहीम पूर्ण करू शकणार होतो. त्यात अविनाशचा आग्रहदेखील होता. त्यामुळे मी नाही म्हणण्याचा विषयच नव्हता. या मोहिमेला मी सोबती म्हणून स्थानिक गाईड असावा, असा विचार केला. आमच्या ओळखीतील प्रेमसिंग रावत नावाचा गंगोत्री परिसरात राहणार एक उत्तम गाईड होता. त्याला घेऊन मी 'थेलू' मोहिमेसाठी निघालो.

आमच्या मोहिमेचा बेस कॅम्प हा रक्तवर्ण ग्लेशियरवर लागणार होता. रक्तवर्ण ग्लेशिअर हे गंगोत्री ग्लेशिअरचाच भाग आहे. थेलू, सुदर्शन यांसारख्या शिखरांवर चढाई करायची असेल, तर याच ग्लेशियरचा आधार घ्यावा लागतो. आम्ही ठरल्याप्रमाणे रक्तवर्ण ग्लेशियरला पोहोचलो. तेथे चांगली जागा बघून आमचा बेस कॅम्प लावला. हा संपूर्ण परिसर तुलनेने दुर्गम होता. त्या काळी तर तिथे फारसे कुणी येतदेखील नसे. त्यामुळे त्या दिवशी संपूर्ण परिसरामध्ये आमच्या दोघांशिवाय चिटपाखरूदेखील नव्हते. नीरव शांतता होती. माझ्या मनात फक्त मोहिमेचेच विचार होते. दुसऱ्या दिवशी उठून आम्ही मोहिमेला सुरुवात करणार होतो. उद्याच्या विचार करत मी लवकरच झोपी गेलो. मध्यरात्रीच्या सुमारास जाग आली. मला नैसर्गिक विधीसाठी तंबूबाहेर जायचे होते. मी एकदा अलवार तंबूबाहेर डोकावले. सर्वत्र मिट्ट काळोख होता. टाचणी पडल्यावर आवाज येईल इतकी शांतता होती. मी तसाच उठून बाहेर आलो व नैसर्गिक विधी आटोपला.

हिममानव उर्फ यती

त्या काही मिनिटांमध्ये मला सतत कुणीतरी शिट्टी वाजवते आहे, असे वाटत होते. तो सर्व प्रदेश इतका दुर्गम होता, की अशी कोणी शिट्टी वाजवणे शक्यच नव्हते. तरी तो आवाज काही थांबत नव्हता. कधी क्षीण, तर कधी मध्यम स्वरूपातील आवाज माझ्या कानावर पडत होता. असा आवाज का ऐकू येतोय, या विचाराने थोडे विचित्र वाटले. आमच्या दोघांशिवाय तेथे दूरपर्यंत

कोणीच नव्हते. 'मग शिट्टी कोण वाजवतंय?' हा प्रश्न मला पडला. मी कानोसा घेऊन नेमके काय होत आहे, हे जाणून घेण्याचा प्रयत्न केला. मात्र माझ्या हाती फारसे काही लागले नाही. शेवटी मी प्रेमसिंगला उठवून काय घडते आहे ते सांगितले. शिट्टीसारखा आवाज आणि तोदेखील इथे, हे ऐकून प्रेमसिंग पुरता घाबरला. इतक्या रात्री, असा ग्लेशियरवर सारखा आवाज काढतोय, म्हणजे कुणीतरी गूढ व्यक्ती आला असेल, असे त्याला वाटले. थोडा वेळ विचार करून तो म्हणाला, ''हा गूढ व्यक्ती म्हणजे नक्कीच यती असेल! तो जर इथेच जवळपास असेल, तर आपली काही खैर नाही.'' त्याच्या 'यती' असण्याच्या शक्यतेने मीदेखील काही क्षण घाबरलो होतो, मात्र लवकरच मी चित्त थाऱ्यावर आणत प्रेमसिंगला 'यती'बद्दल विचारण्यास सुरुवात केली. थोडे कचरत, घाबरत प्रेमसिंगने 'यती'च्या गोष्टी सांगण्यास सुरुवात केली. कमी शिकलेला, गावात वाढलेला प्रेमसिंग तसा भाबडा आणि श्रद्धाळू होता. त्यामुळे कोणता तरी अजस्र व रहस्यमय प्राणी आपल्या आसपास असू शकतो, यावर त्याचा ठाम विश्वास होता. माझ्यासाठी मात्र हे सर्वच नवीन होते. त्यात माझ्यात भाबडेपणा व देवभोळेपणा कमीच, त्यामुळे मी प्रेमसिंगची यतीची संकल्पना उडवून लावली. मला पटवून देण्यासाठी त्याने माझ्यासमोर 'यती'च्या गूढ गोष्टींचे गाठोडेच उघडले. त्या रात्री प्रेमसिंग 'यतीमय' होऊन गोष्टी सांगत होता.

माझ्यासाठी यती नवीनच होता. प्रेमसिंगच्या कथांमधून हळूहळू यती माझ्या डोळ्यांसमोर उभा राहिला. १०-२० फूट उंचीचा, दोन पायांवर चालणारा केसाळ प्राणी म्हणजे यती.

प्रेमसिंगसारख्या स्थानिक लोकांचा तर अशा सर्वच गोष्टींवर गाढ विश्वास असतो. काही जण तर 'आम्ही 'यती'ला बघितलंच आहे', असा दावा ठोकतात. माझा काही या सर्व गोष्टींवर विश्वास नाही. मात्र त्या रात्री प्रेमसिंगच्या गोष्टी ऐकून माझ्या मनात अनेक विचार येऊन गेले. थोडी भीतीदेखील वाटली. नंतर मात्र कधी गाढ झोप लागली, ते कळलेच नाही.

हिमालयात गेले, की यतीविषयी काहीतरी ऐकायला मिळाले नाही, असे होतच नाही. दर वेळी कोणाला तरी यती दिसला, अथवा त्याचे अस्तित्व जाणवतेच. या 'यती पुराणा'ला गती मिळाली ती १९५१मध्ये. एव्हरेस्ट मोहिमांचे दिवस होते. एव्हरेस्टच्या

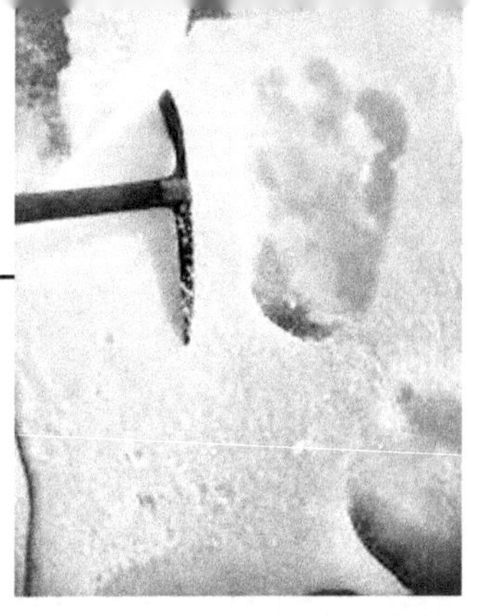

ध्यासाने अनेक जण हिमालयात शोधमोहिमा आखत असत. यांतील आघाडीचे नाव म्हणजे ब्रिटिश एक्स्प्लोरर एरिक शिप्टन. पहिल्या-वहिल्या यशस्वी माउंट एव्हरेस्ट चढाईत एरिक शिप्टन यांचे मोलाचे योगदान आहे. शिखरचढाईच्या वाटा, बेस कॅम्पपर्यंतचा मार्ग यांचा शोध घेण्यात एरिक शिप्टन यांचा पुढाकार होता. असेच एकदा माउंट एव्हरेस्ट शिखरचढाईसाठी नवीन मार्ग शोधत असताना शिप्टन यांना एक विचित्र असा पायाचा ठसा हिमात उमटलेला दिसला. अगदी ताजा ठसा वाटत होता तो. मानवाच्या पायासारखा दिसणारा, ज्याचे पुढचे टोक अंगठ्यासारखे आहे असा व आकाराने अजस्र, मानवापेक्षा तीनपट तरी मोठे पाऊल असेल इतका मोठा ठसा एरिक यांना दिसला. बघताक्षणी त्यांच्यातील संशोधक जागा झाला. हा ठसा कोणाचा असेल, हा विचार करत असताना हा 'यती' तर नसेल, असे त्यांना वाटले. त्यांनी समोर दिसणाऱ्या पायाच्या ठशांचे छायाचित्र काढले. हा ठसा किती मोठा आहे, हे दाखविण्यासाठी त्यांच्या हातातील आइस ॲक्स त्यांनी बाजूला ठेवून छायाचित्र घेतले. हे छायाचित्र इतके गाजले, की 'यती'चा विषय पुन्हा एकदा जगासमोर चर्चेसाठी आला.

यतीचे हे गारूड अनेक शतकांपासून आहे. एकोणिसाव्या शतकातदेखील यतीसदृश प्राणी दिसला याचे वर्णन आढळते. हिमालयात प्राचीन काळापासून अस्तित्वात असलेल्या लेपचा जमातीत यतीचा उल्लेख आढळतो. लेपचा समाज हा हिमालयाच्या दऱ्याखोऱ्यांत वाढला. हिमशिखरे, हिमनद्या हे त्यांच्यासाठी देवासमान. त्यामुळे नित्यनेमाने आपल्या देवाची पूजा करणे, हे लेपचांच्या आयुष्याचा महत्त्वाचा भाग होते. त्यांना अनेकदा दुर्गम भागात एक अजस्र प्राणी आढळून आला. माकडासारखा दिसणारा मात्र दोन पायांवर चालणारा, शरीराने अजस्र व हातात दगडी हत्यार घेऊन चालणारा हा प्राणी शिट्टीसारखा आवाज करत असे. त्या वेळी त्याला 'यती' असे नामकरण केले गेले नव्हते. मात्र लेपचा समाजात मानली जाणारी अजस्र प्राण्याची प्रतिमा पुढे 'यती'त रूपांतरित झाली.

विसाव्या शतकात जसजसे हिमालयातील शिखरमोहिमांचे आयाम बदलले, तसतशी यतीची गोष्ट पुढे येत गेली. युरोपातील, अमेरिकेतील साहसवीरांना विसाव्या शतकाच्या सुरुवातीला हिमालय व हिमालयातील शिखरे खुणावू लागली. त्यामुळे अनेक मोहिमांच्या आखणीला सुरुवात झाली. साहसवीरांसोबत अनेक लेखक, छायाचित्रकार,

चित्रकारदेखील हिमालयात दाखल होऊ लागले. यात १९२५मध्ये 'रॉयल जिओग्राफिक सोसायटी'चा सदस्य असलेला छायाचित्रकार एन. ए. टोम्बझी हा उत्तर सिक्कीमधील झेमू ग्लेशिअर येथे छायाचित्रण करत होता. त्या वेळी छायाचित्रण ही कला फारच बाल्यावस्थेत होती. खर्चिक व गुंतागुंतीची प्रक्रिया म्हणून छायाचित्रण ओळखले जात असे. अशा नवीन कलेवर प्रभुत्व मिळवण्यासाठी आलेल्या टोम्बझीने १५ हजार फूट उंचीवर अजस्र असा प्राणी पाहिला. त्याच्यापासून अवघ्या २०-३० यार्डांवरून एक धिप्पाड, केसाळ प्राणी मिनिटभर चालत गेला, असा त्याचा दावा होता. अजस्र प्राण्याला बघून त्याची गाळण उडाली होती, त्यामुळे तो ठोस असे छायाचित्र घेऊ शकला नाही. मात्र, त्याने आपल्या सोबतच्या सदस्यांना नंतर या अजस्र प्राण्याचे ठसे दाखवले. सहा ते सात इंच लांबीचे व चार इंच रुंद असे ते ठसे होते. हा अजस्र प्राणी दुसरा-तिसरा कोणी नसून 'यती'च होता, अशी चर्चा तेव्हा सर्वत्र रंगली होती.

टोम्बझीनंतर अनेकदा यती दिसल्याचे दावे अनेकांनी केले. १९४८मध्ये पीटर बायमी या संशोधकाला उत्तर सिक्कीमध्ये पुन्हा झेमू ग्लेशिअर इथे 'यती' दिसला होता, असा दावा होता. त्यानंतर अवघ्या तीनच वर्षांनी एरिक शिप्टनने 'यती'सारख्या प्राण्याच्या ठशांचे छायाचित्र प्रसिद्ध केल्याने 'यती'ला गती मिळाली. १९५३मध्ये जेव्हा सर एडमंड हिलरी व शेर्पा तेनसिंग नोर्गे यांनी जगातील सर्वोच्च शिखर असलेल्या माउंट एव्हरेस्टवर चढाई केली, तेव्हा चढाईदरम्यान एव्हरेस्ट परिसरात अजस्र आकाराचे पावलांचे ठसे त्यांना दिसले, असा दावा केला. मात्र त्या दाव्याची पुष्टी करणारे पुरावे दिले गेले नाहीत. १९६०मध्ये सर एडमंड हिलरी यांनी 'यती'चा शोध घेण्यासाठी मोहीमच आयोजित केली

होती, मात्र त्यात त्यांना काही यश आले नाही. तरीही 'यती हिमालयात कुठेतरी असू शकतो', या शक्यतेला त्यांनी थेट नकार दिला नाही.

यतीची गोष्ट सांगणाऱ्या अनेक घटना दरम्यानच्या काळात घडल्या. १९५० व १९६० ही दशके गिर्यारोहणात अनेक स्थित्यंतरे घडविणारी होती, तसेच ही दशके 'यती'च्या कथांचीदेखील होती. 'यती'च्या शोधात अनेक मोहिमा निघाल्या. यांपैकी एका मोहिमेद्वारे जमविलेल्या पुराव्यांच्या आधारे १९६०मध्ये यतीचे अस्तित्व सिद्ध करण्याचा प्रयत्न झाला, मात्र त्याला मूर्त स्वरूप प्राप्त झाले नाही. १९६०च्या मध्यात यतीचे गारूड शिखरावर होते. याच दरम्यान हिमालयात वसलेल्या भूतानसारख्या छोट्या देशाने यतीचा चक्क अधिकृत स्टॅम्प प्रकाशित केला होता. जसजशी वर्षे सरली, तसतसे 'यती'चे वेड कमी होत गेले. रेन्होल्ड मेस्नर यासारख्या विख्यात गिर्यारोहकाला 'यती'च्या संकल्पनेने भुरळ घातली होती. १९८०च्या दशकात त्यांनी विविध मोहिमांच्या दरम्यान यतीचा शोध घेण्याचा प्रयत्न केला. मात्र त्यात यश आले नाही.

यतीच्या गोष्टीचा आणखी एक प्रमुख भाग म्हणजे एव्हरेस्ट परिसरात खुमजुंग या ठिकाणी असलेल्या मठामध्ये ठेवण्यात आलेली कवटी. आकाराने अजस्र व केसाळ अशी कवटी या मठामध्ये प्रदर्शनासाठी मांडण्यात आली आहे. ही कवटी म्हणजे अनेक वर्षांपूर्वी अस्तित्वात असलेल्या यतीची कवटी, अशी त्याची ओळख आहे. या कवटीमुळे यतीची गोष्ट आणखी रंजक होते. या कवटीसोबत असलेल्या केसांच्या आधारे अमेरिकेत, इंग्लंडमध्ये अनेक संशोधने झाली, मात्र कोणत्याही संशोधनातून यतीचे अस्तित्व सिद्ध झाले नाही. इकडे मात्र 'यती'ची कवटी ठेवणारा मठ जगप्रसिद्ध झाला. आजही एव्हरेस्ट बेस कॅम्पच्या दिशेने ट्रेक करत असताना अनेक जण या मठाला भेट देतात व यतीची

कवटी तिकीट देऊन पाहतात. ही कवटी पाहण्यासाठी त्या ठिकाणी काही डॉलर्स मोजावे लागतात, हे विशेष.

हा यती फक्त हिमालयातच आढळतो, असे अनेकांना वाटते. मात्र यतीचे कुतूहल जगभर पसरलेले आहे. जगाच्या इतर भागांत यतीसारखा प्राणी आढळतो, असा समज आहे. त्याला त्यांच्या स्थानिक भाषेत विविध नावांनी ओळखतात, असे लोककथांमध्ये आढळून येते. यांतील प्रमुख कथा आहे, रशियाच्या चुचुनाची. सहा ते सात फूट

खुमजुंग येथील मठामध्ये ठेवण्यात आलेली यतीची कवटी

उंचीचे माकडसदृश प्राणी रशियात अनेकांना दिसले, असे म्हटले जाते. त्याचे नाव चुचुना. याच्या अंगावर पांढऱ्या रंगांचे दाट केस असतात, म्हणून लोक त्याला 'स्नोमॅन' असेदेखील म्हणायचे. कायम शीत व हिमाच्छादित प्रदेश म्हणून ओळखल्या जाणाऱ्या रशियातील सायबेरिया हा या चुचुनाचा अधिवास आहे, असे रशियन समाजजीवनातील लोककथा सांगतात. सायबेरियातील याकुट व तुंगूस या भटक्या समाजांत चुचुनाची आख्यायिका अगदी दृढ आहे. चुचुना 'याची देही याची डोळा पाहिला', असे सांगणारे अनेक जण या समाजात आढळतात. हा चुचुना माणसाचे मांस खातो, म्हणून याची दहशत सायबेरियात सर्वदूर पसरलेली आहे.

अतिउंचीवर मानवी पायांसारखे दिसणारे अजस्र ठसे हे अनेकदा आढळतात. हेच ठसे यतीचे असावेत, असा अनेकांचा समज, नव्हे तर दावा आहे. मात्र काय होते, हिमालयातील मोहिमांमध्ये हिमातून चालत असताना जेव्हा गिर्यारोहकांचे ठसे हिमावर उमटतात, ते ठसे पुढे जोरात वाहणाऱ्या वाऱ्यांनी प्रसरण पावतात. त्यामुळे त्यांचा आकार हा दुपटीने अथवा तिपटीने वाढतो. असे प्रसरण पावलेले ठसे दिसले, की ते यतीच्या पावलांचेच आहेत, असा अनेकांचा समज होतो. 'ठशांवरून यती आहे' असे मानणाऱ्या गटासोबतच 'यती खरोखर दिसला' असा मानणारादेखील मोठा गट आहे. मात्र यामागे वेगळी शास्त्रीय कारणे आहेत, असे मला वाटते. आपण जेव्हा अतिउंचावर जातो, तेव्हा

यतीच्या पावलांचे ठसे

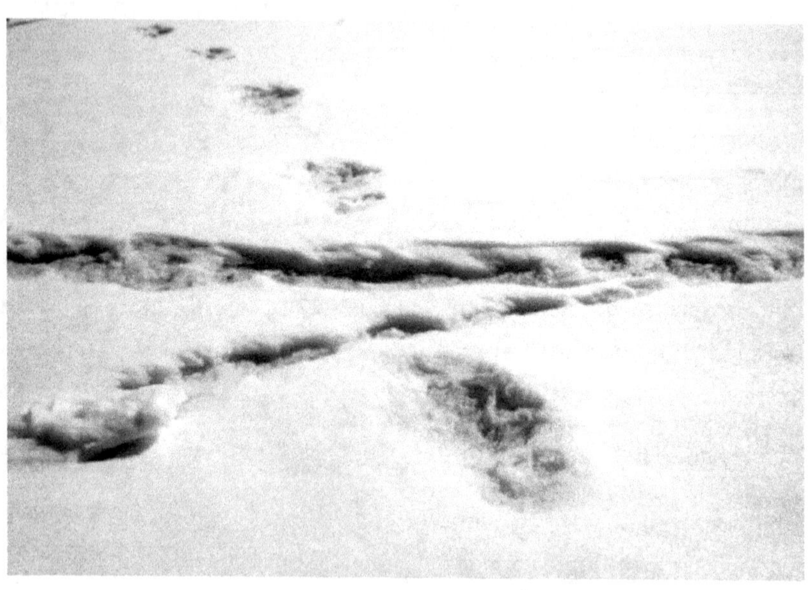

हवेतील प्राणवायूचे प्रमाण कमी होते. त्यामुळे मेंदूला रक्तपुरवठा तुलनेने कमी होतो. यातून हॅल्युसिनेशन्स म्हणजे विविध भास होण्याची शक्यता निर्माण होते. असे भास अनेकदा अतिउंचीवर गेल्यावर गिर्यारोहकांना झालेले मी स्वतः अनुभवले आहेत. अगदी जोरात वाहणाऱ्या वाऱ्यामुळे तंबूच्या फडफडण्याचा आवाजदेखील शिट्टीसारखा भासतो. या हॅल्युसिनेशन्समुळेच अनेकांना यती 'दिसला' असावा.

यती खरेच आहे का? या प्रश्नाचे ठाम उत्तर कोणाकडेच नाही. मात्र, यतीचे रहस्य हे मानवाला कायमच खुणावत आले आहे. अमेरिकेतील डॅनियल टेलर या संशोधक-लेखकाने तर आपल्या आयुष्याची ६० वर्षे 'यती'चे अस्तित्व शोधण्यात खर्ची घातली आहेत. आजही हिमालयात राहणारे स्थानिक लोक यती दिसला किंवा काही अजब वा चमत्कारिक घडले, तर ते यतीने केले असेल असे मानतात. नेपाळमध्ये तर यतीच्या नावाचा कल्पक वापर उद्योगांनी केला आहे. यती एक्सप्रेस नावाची सुप्रसिद्ध एयरलाईन नेपाळमध्ये कार्यरत आहे, तर सोबतीला 'यती' नावाचा कपड्यांचा, गिर्यारोहण साहित्याचा ब्रँड आहे, जो देशी-विदेशी गिर्यारोहकांमध्ये विशेष प्रसिद्ध आहे.

माझ्यासाठी मात्र 'यती' हा काल्पनिकच. त्याचे अस्तित्व हे गूढ कथांपुरते किंवा मोहिमेदरम्यान होणाऱ्या मनोरंजनापुरतेच. हिमालय हा गूढ आहेच, त्याच्या पोतडीतून अनेक गोष्टी बाहेर पडायच्या बाकी आहेत. यतीदेखील त्यांतीलच एक असेल, तर जगासमोर येईलच. तोपर्यंत मात्र फक्त चर्चांचा रंजक विषय!

■ ■ ■

हिमालयाचे पाणी

पाणी हा सजीव सृष्टीसाठी सर्वांत महत्त्वाचा घटक. आपण पाण्याला जीवनासमान दर्जा देतो. आपल्या शरीरातदेखील ६० टक्के अधिक प्रमाणात पाणीच असते. इतकेच काय, तर या संपूर्ण पृथ्वीतलापैकी ७१ टक्के भाग हा पाण्याने व्यापला आहे. मात्र, यातील ९७ टक्के पाणी हे समुद्रांत, महासागरांत साठलेले आहे, ज्याची क्षारता ही इतकी प्रचंड आहे, की याचा उपयोग पिण्यासाठी, शेतीसाठी किंवा उद्योगधंद्यांसाठी करता येत नाही. म्हणून पृथ्वीवर असलेली ७०० कोटींहून अधिक लोकसंख्या ही केवळ ३ टक्के उपलब्ध असलेल्या गोड्या पाण्यावर आधारलेली आहे. यातील रंजक बाब म्हणजे या तीन टक्क्यांपैकी तब्बल २.५ टक्के पाणी हे मूळ स्वरूपात उपलब्धच नाही. एक तर ते पर्वतीय भागांत असलेल्या हिमनद्यांत गोठलेले आहे, ध्रुवीय प्रदेशात हिमाच्या रूपात साठलेले आहे किंवा पृथ्वीच्या पोटात, भूगर्भीय रूपात वसलेले आहे. संपूर्ण मानव प्रजात, वनपस्ती आणि प्राणिजीवन हे नद्या, सरोवरे, तलाव किंवा पावसाच्या रूपाने उपलब्ध होणाऱ्या पाण्यावर अवलंबून आहे.

हिमनद्या व ध्रुवीय प्रदेशात साठलेले पाणी म्हणजे खरे तर निसर्गानि बनवलेली पाण्याची गोदामेच म्हणावी लागतील. गरजेनुसार येथील गोठलेल्या हिमाचे पाण्यात रूपांतर

होते व नद्या-सरोवरांच्या रूपाने ते सजीव सृष्टीसाठी उपलब्ध होते. निसर्गाचे पाणीचक्र खूपच अद्भुत आहे. याच निसर्गचक्राचा प्रमुख भाग व जगातील एक तृतीयांश लोकसंख्या ज्या नैसर्गिक स्रोतांवर अवलंबून आहे, त्या स्रोतांचे माहेरघर म्हणजे हिमालय.

उत्तर-पश्चिमेकडील हिंदुकुश पर्वतांपासून सुरू होणारी व अरुणाचल प्रदेशपर्यंत व्याप्ती असलेली हिमालय पर्वतरांग ही हजारो छोट्या-मोठ्या नद्यांना जन्म देते. या नद्यांच्या हिमालयापासून समुद्रापर्यंत होणाऱ्या प्रवासात जनजीवन वसले, समृद्ध झाले. हिमालयाच्या उत्तरेतील भागातून उगम पावणाऱ्या सिंधू नदीसमूहाच्या काठावरच जगातील सर्वांत जुनी जीवनव्यवस्था वसली व मोठ्या प्रमाणात बहरली, अशी नोंद आहे. भारतीय उपखंडाचा विकासच मुळात हिमालयातून वाहणाऱ्या नद्यांमुळे झाला आहे, असे म्हटले तरी अतिशयोक्ती ठरणार नाही.

हिमालयाच्या कुशीतून १९ मोठ्या नद्या बाहेर पडतात. या नद्यांचे प्रमुख तीन भाग आहेत - एक *सिंधू नदीसमूह*, दुसरा *गंगा नदीसमूह* व तिसरा *ब्रह्मपुत्र नदीसमूह*. २,८०० किलोमीटर लांबीची सिंधू नदी तिबेटमधील मानस सरोवराजवळ असलेल्या हिमनदीतून उगम पावते. पुढे लडाख, काश्मीर व पाकिस्तानमार्गे अरबी समुद्राला मिळते. सिंधू नदीच्या पाच प्रमुख उपनद्या आहेत, ज्यांचा उगम हा हिमालयात होतो. यांत *झेलम, चिनाब, रावी, सतलज* व *व्यास* या नद्यांचा समावेश होतो. सिंधूप्रमाणेच दुसरी मोठी नदी म्हणजे ब्रह्मपुत्रा नदीदेखील तिबेटमध्ये उगम पावते व आसाम राज्यातून वाहत पुढे बांगलादेशमार्गे अरबी समुद्राला मिळते. उत्तराखंड राज्यातील गंगोत्री हिमनदीत उगम पावलेली व भारतातील जीवनमानासाठी सर्वांत महत्त्वाची असलेली गंगा नदी पश्चिम बंगालमध्ये जाऊन विभागते. त्यांतील एक भाग बांगलादेशमध्ये प्रवेश करतो व तेथेच ब्रह्मपुत्रा व गंगा या नद्यांचा संगम होऊन नदीचे पात्र विशाल रूप धारण करते. संगम पावलेली नदी पुढे जाऊन तुकड्या-तुकड्यांमध्ये अरबी समुद्राला मिळते. याच भूभागाला आपण *'सुंदरबन'* म्हणून ओळखतो.

पाणी हे खरोखर आपल्यासाठी जीवनच आहे. पाणीच नाही तर काय होईल, याची कल्पनाही करवत नाही. दक्षिण आफ्रिकेतील केपटाऊन या प्रमुख शहरात पाण्याचा प्रश्न अतिशय टोकाला गेला आहे. सध्या तिथे सर्वसामान्यांना बादलीभर पाण्यासाठीदेखील तासन्तास तिष्ठत राहावे लागते. पाण्याच्या कमतरतेमुळे तेथील नागरिकांचे जीवन अतिशय खडतर बनले आहे. सुदैवाने आपली परिस्थिती त्यामानाने बरी आहे. आपल्या पाठी हिमालय भक्कमपणे उभा आहे, म्हणूनच पाण्याच्या समस्यांनी अजून तरी आपल्याला संपूर्णपणे घेरलेले नाही. असे जरी असले, तरी हिमालयातील पाण्याची परिस्थिती फारशी चांगली नाही. येथील सरोवरे झपाट्याने कमी होत आहेत. २०१९मध्ये आम्ही जेव्हा 'गिरिप्रेमी'च्या 'कांचनजुंगा इको एक्सपीडिशन २०१९'च्या निमित्ताने हिमालयातील जैवविविधतेशी

ओळख करून घेत होतो, तेव्हा आमच्या संशोधक साथीदारांनी धक्कादायक माहिती आम्हाला दिली. त्यांच्या मते गेल्या सहा दशकांत कांचनजुंगा परिसरातील ग्लेशियर लेक्सचे आकारमान वर्षागणिक वाढत आहे. याचा थेट फटका हा या लेक्सच्या जवळ असलेल्या गावांना, वस्त्यांना होणार आहे. ग्लेशियर लेक्सच्या पाण्याचा स्रोत हा ग्लेशियर्स असतो. ग्लेशियर्स मर्यादित प्रमाणात वितळल्यावर त्यातून निर्माण होणारे पाणी या लेक्समध्ये जमा होत असते. मात्र, गेल्या काही काळात जागतिक तापमानवाढीच्या संकटामुळे ग्लेशियर्स अधिक प्रमाणात वितळण्यास सुरुवात झाली, त्याची परिणती या ग्लेशियर लेक्सच्या आकारमान वाढीत झाली. त्यामुळे हे लेक्स कधीही फुटू शकतात आणि त्यामुळे आलेल्या पुरात वस्त्या किंवा गावेच्या गावे वाहून जाऊ शकतात. माउंट एव्हरेस्ट या जगातील सर्वोच्च शिखराच्या परिसरात असलेल्या खुम्बू ग्लेशियरमुळे तयार झालेल्या अनेक ग्लेशियर लेक्सपैकी एक मोठा लेक फुटण्याची भीती निर्माण झाली आहे. यावर वेळीच उपाय नाही केले, तर एव्हरेस्ट बेस कॅम्प मार्गावर ट्रेक करत जाताना वाटेत लागणारी अनेक छोटी गावे यात वाहून जाऊ शकतात. परिस्थितीचे गांभीर्य लक्षात घेऊन जगभरातील अनेक संघटना हे ग्लेशियर लेक्स वाचवण्यासाठी पुढे आल्या आहेत.

कांचनजुंगा परिसरात तर ग्लेशियर्सच नष्ट होण्याच्या मार्गावर आहेत. सध्या कांचनजुंगा जैवविविधता क्षेत्रामध्ये १२०च्या आसपास ग्लेशियर्स अर्थात हिमनद्या आहेत. ५० ते ६० वर्षांपूर्वी येथे किमान १४० हिमनद्या असाव्यात, असा शास्त्रज्ञांचा व संशोधकांचा कयास आहे. अवघ्या सहा दशकांत वीस तरी हिमनद्या लुप्त होणे, हे बिलकूल चांगले लक्षण नाही. दुर्दैवाने हिमनद्यांच्या लुप्त होण्याचा प्रवास हा अधिक वेगवान होणार आहे, असे शास्त्रज्ञ आवर्जून सांगतात. येत्या अवघ्या तीस वर्षांतच १२० हिमनद्यांपैकी किमान वीस तरी नद्या, अर्थात ग्लेशियर्स नष्ट पावतील अथवा लुप्त पावतील, असे संशोधनातून समोर आले आहे. याचा परिणाम जैवविविधतेवर तर होईलच, सोबतीला मानवी जीवनचक्रदेखील यांमुळे बिघडेल, असेच दिसून येते.

पाण्याची समस्या हिमालयातदेखील तेवढीच तीव्र आहे, जेवढी एखाद्या पठारी भागात असू शकेल. भारताच्या उत्तरेला हिमाचल प्रदेशातील स्पिती भागात काझा परिसरातील कोमिक हे ४,५८७ मीटर उंचीवर स्थित गाव. उणीपुरी ११४ लोकसंख्या असलेल्या या गावात गाडीने जाता येते. रस्त्यावर चालणाऱ्या वाहनाने जाता येऊ शकणारे कोमिक हे जगातील सर्वांत उंच ठिकाण. या गावाचे पर्यटनमूल्य खूप आहे. हिमालयातच वसलेले असल्याने वर्षातील सहा महिने प्रचंड हिमवर्षाव हे नित्याचेच. तरीदेखील या गावात उन्हाळ्यात अक्षरशः दुष्काळ पडतो, अगदी आपल्या विदर्भ- मराठवाड्यात पडतो तसा. २०१७मध्ये तर एक दिवस असा होता, की या गावात पिण्याचे आणि वापराचे पाणीच शिल्लक नव्हते. या गावाचे नैसर्गिक पाण्याचे स्रोत आटले आहेत.

उन्हाळ्यात येथील स्रोत मृतावस्थेत जातात, त्यामुळे घराबाहेर डोकावल्यावर उंचच उंच हिमशिखरे दिसतील, मात्र घरात पाण्याचा थेंबदेखील नसेल अशी बिकट परिस्थिती आहे. गेल्या काही वर्षांत शासनाने लक्ष घातल्याने आणि जगातील विविध संस्थांनी रस दाखविल्याने येथील पाण्याची परिस्थिती सुधारत चालली आहे. तरीदेखील हे उपाय कृत्रिम स्वरूपाचे असू शकतात. येथील नैसर्गिक स्रोत पूर्वपदावर येण्यासाठी दशकांचा-शतकांचा काळ उलटू द्यावा लागेल, असेच वाटते.

माझ्या हिमालयाच्या प्रवासात मी पाण्याची अनेक रूपे पाहिली आहेत. उतरत्या प्रदेशात खळखळाट करत वेगाने वाहणाऱ्या व प्रचंड पात्र असलेल्या नद्या उगमापाशी अत्यंत शांत व संथ असतात. गिर्यारोहण करत असताना याच हिमनद्यांतून वाट काढताना आजूबाजूला कितीही हिम असले, तरी पाण्याचा एक घोट दुरापास्त होतो. आम्ही गिर्यारोहक म्हणून जेव्हा एव्हरेस्ट किंवा त्यासारख्या अतिउंच शिखरांवर मोहिमा करत असतो, तेव्हा ५ हजार मीटर उंचीच्या वर जसजसे जाऊ लागतो, तसतसे पाण्याचे महत्त्व अधिकच स्पष्ट होत जाते. आजूबाजूला प्रचंड हिम असते, मात्र या हिमापासून साधे एक बाटली पाणी बनविण्यासाठी तब्बल एक तास लागतो. ब्युटेन गॅसच्या विशेष शेगडीवर हिम वितळवणे हे अतिशय कठीण काम आम्हाला करावे लागते. या वेळी पाण्याला जीवन का म्हणत असावेत, याचा चांगलाच प्रत्यय येतो.

नुकताच मी भारतीय हिमालयातील गंगोत्री परिसरात गिर्यारोहणाच्या निमित्ताने गेलो होतो. मी गेली ३५ वर्षे या भागात नियमाने भेट देत आहे. या संपूर्ण कालावधीत मी गंगोत्री ग्लेशियरची, गंगा नदीची अनेक स्थित्यंतरे अनुभवली आहेत. सुदर्शन, थेलू, शिवलिंग अशा अनेक शिखरांवर चढाई करण्यासाठी गंगोत्री ग्लेशियर परिसरात जावे लागते. या आधी आम्ही जेव्हा जायचो, तेव्हा हे ग्लेशियर अतिशय स्थिर होते. येथे अनियमित हिम वितळत नसे. मात्र गेल्या काही वर्षांत येथील परिस्थिती इतकी झपाट्याने बदलली, की गंगोत्री ग्लेशियर आता इतके अस्थिर झाले आहे, इथे इतक्या हिमभेगा झाल्या आहेत, की यांतून मार्ग काढत जाणे जीवघेणे ठरू शकते. हे सगळे अनुभवून मन हेलावून जाते. मात्र तरीही आपण याबाबतीत काहीही करू शकत नाही, याचा खेद वाटतो.

हिमालयातील पाणी हा माझ्यासाठी जिव्हाळ्याचा विषय आहे. या हिमालयाच्या पाण्यानेच माझ्यातील गिर्यारोहक घडविला असे मी मानतो. हिमालयातील निसर्ग नितांत सुंदर असण्यामागे हिमालयातील पाण्याचा सिंहाचा वाटा आहे, असे मी मानतो. हिमालयातील पाणी मी विविध रूपांत, विविध ढंगांत, विविध स्वरूपांत अनुभवले आहे. या सर्व अनुभवांतूनच पाणी हे जीवन आहे, हे मी माझ्या मनात रुजवू शकलो.

■ ■ ■

हिमालयातील माणसे

GIRIPREM-MT NUN EXPEDITION
23409 Ft
JULY-AUG 2010

हिमालयपुत्र सह्याद्रीपुत्र होतो, तेव्हा...!

हिमालयातील दिवसांमध्ये मला काही माणसे भेटली, जी माझ्या आयुष्याचा कायमचा भाग बनून गेली. त्यांतील सर्वांत विलक्षण व अनपेक्षितपणे भेटलेली व्यक्ती म्हणजे टेकराज अधिकारी उर्फ कांचा.

२००१मध्ये गंगोत्री हिमालयातील 'माउंट सुदर्शन' शिखरावर मोहीम आयोजित केली होती. मोहिमेचा बेस कॅम्प ट्रेक हा गंगोत्री हिमनदीतून वाट काढत, हिमभेगांना पार करत पूर्ण करायचा होता. सोबतीला भरपूर सामानदेखील होते. त्यामुळे आम्ही उत्तरकाशीहून पोर्टरची एक मोठी टोळी सोबत घेतली होती. हे सगळे पोर्टर्स मुख्यत्वे भारत-नेपाळच्या सीमेवर असलेल्या नेपाळी जिल्ह्यांतून येतात. हातावर पोट असते यांचे. सामान वाहून बेस कॅम्पला सोडायचे आणि आपला हिशोब करून खाली परत जायचे, अशी त्यांची पद्धत होती. टोळीत एक १६-१७ वर्षांचा चुणचुणीत व दिसायला काटक असा मुलगा होता. त्याला सामान वाहून नेताना काहीसा त्रास होत आहे, हे जाणवत होते. त्याने कधी तक्रार केली नाही किंवा कामात कुचराई केली नाही. मात्र, त्याचा लालबुंद होणारा चेहरा त्याला काहीतरी त्रास होत आहे, हे स्पष्टपणे सांगत होता. आम्ही जेव्हा बेस कॅम्पला पोहोचलो, तेव्हा हा मुलगा सामान ठेवल्यावर कोसळलाच. त्याच्या अंगात

ताप भरला होता. आम्ही त्याला इंजेक्शन दिले व आराम करायला सांगितले. अशा परिस्थितीत खाली ट्रेक करत जाशील, तर जिवावर बेतेल हेदेखील बजावले. मोहीम होईपर्यंत आमच्यासोबत थांब, खाण्यापिण्याची-राहण्याची काळजी करू नको. परत जाताना खाली सोबत घेऊन जाऊ, असे आम्ही सांगितले. या अटीवर तो थांबला.

दोन दिवसांत बरा झाल्यावर आमच्या टीमचा सदस्य असावा, असा आमच्यात मिसळून गेला. त्या १६-१७ वर्षांच्या मुलाचे नाव होते, टेकराज अधिकारी. लाडाने सगळे त्याला 'कांचा' म्हणत. कांचा म्हणजे नेपाळी भाषेत लहान भाऊ. म्हणून आम्हीही त्याला 'कांचा' म्हणून बोलावू लागलो.

साधा चहाही करू न शकणारा कांचा अवघ्या आठवड्या-दोन आठवड्यांत त्याला दिलेली सगळी कामे शिकला. आमच्या टीम मेंबर्सना जमू न शकणारे वॉकीटॉकीदेखील तो चालवायला शिकला. बोलता-बोलता त्याला विचारले की, 'तू इतक्या कोवळ्या वयात पोर्टर का बनलास?' त्यावर त्याचे उत्तर होते की, 'माओवादी बनण्यापेक्षा पोर्टर बनणे बरे आहे!'

या सर्व त्रासापासून दूर ठेवण्यासाठी कांचाला त्याच्या वडिलांनी पोर्टर म्हणून गावातील लोकांसोबत उत्तरकाशीला पाठवले होते. आमच्या मोहिमेतील काम संपल्यावर, पुढचे काम मिळाले तर ठीक, नाहीतर कांचा गावाकडे परत जाणार होता. त्याला पुन्हा अडचणीत टाकण्यापेक्षा पुण्याला घेऊन जाऊ, असा विचार माझ्या मनात आला. माझ्या साथीदारांनी 'कोण कुठला हा मुलगा, कशाला नसती उठाठेव करतो' म्हणून मला बजावले. मी मात्र ठाम होतो.

मला कांचा अंतर्बाह्य कळला होता. गिर्यारोहणाची हीच तर खासीयत आहे. १५-२० दिवस पर्वतांत एकत्र राहिल्यावर माणसाचे स्वभाव उघडे पडतात. कोण कसा आहे, हे ताबडतोब कळते. मला कांचा कळला होता. मी माझ्या मतावर ठाम होतो. तरीदेखील एकदा उत्तरकाशीला गेल्यावर कांचाच्या घरी फोनवर बोलू व निर्णय घेऊ, असे ठरविले. तोपर्यंत मी पुण्यात माझ्या राहत्या घराच्या सोसायटीत रात्रपाळीचा वॉचमन म्हणून कांचासाठी नोकरी पक्की केली.

आम्ही उत्तरकाशीला येऊन त्याच्या घरी फोन करू, या बेतात असताना नेपाळमध्ये एक मोठी दुर्घटना घडली. नेपाळचा राजा बिरेंद्र व इतर नऊ जणांची गोळी झाडून हत्या करण्यात आली. या घटनेनंतर संपूर्ण देशात अराजक माजले. त्यामुळे कांच्याच्या गावाशी संपर्क तुटला आणि कांचा आमच्यासोबत पुण्याला आला.

कांचाच्या नवीन आयुष्याची ही सुरुवात होती. रात्री आमच्या सोसायटीत वॉचमन म्हणून काम करणे, दिवसा माझ्या कार्यालयात ऑफिस बॉय म्हणून काम करणे, अशी दुहेरी भूमिका तो सहज पार पाडू लागला.

या दरम्यान आम्ही कायम कांचाच्या घरी पत्रव्यवहार करत असू. कधीतरी एखादे पत्र कांचाच्या घरी मिळेल आणि त्यांचा फोन येईल या प्रतीक्षेत आम्ही सलग आठ महिने

अविरतपणे पत्र पाठविणे चालूच ठेवले. शेवटी एक दिवस भारताच्या सीमेलगतच्या भागातून आम्हाला फोन आला. नेपाळमधून काही मैल पायपीट करत कांचाचे वडील भारताच्या सीमेवर फक्त फोन करण्यासाठी आले होते. ते मला फोनवर म्हणाले, ''मी आता फक्त त्याचा नामधारी वडील आहे, त्याचे खरे पालक तुम्हीच!'' त्यांच्या या बोलण्याने कांचा पुण्यातच स्थायिक होणार हे पक्के झाले होते.

'गिरिप्रेमी'मुळे कांचावर गिर्यारोहणाचे चांगले संस्कार घडले. त्यानेही ते मन लावून आत्मसात केले. 'गिरिप्रेमी'ची मोहीम निघाली की कांचा मोहिमेत असणारच, हे पक्के होते. त्याने *माउंट सुदर्शन, माउंट जॉनली, माउंट नून* अशा भारतीय हिमालयातील अत्यंत अवघड शिखरांवर चढाई केली. हिमालयात अतिउंचीवर असलेल्या जुमला या भागात जन्मलेला 'हिमालयपुत्र' होता तो! त्याला डोंगरदऱ्यांची, पर्वतशिखरांची गोडी लागली नसती, असे शक्यच नव्हते.

त्यामुळे २०१२मध्ये जेव्हा 'गिरिप्रेमी'ने एव्हरेस्ट मोहीम आयोजित केली, तेव्हा त्या संघात कांचाचा समावेश पक्का होता. माझा विश्वास सार्थ ठरवत १९ मे २०१२ रोजी 'गिरिप्रेमी'च्या इतर सात साथीदारांसोबत त्यानेदेखील भारताचा तिरंगा जगातील सर्वोच्च शिखर असलेल्या माउंट एव्हरेस्टवर फडकविला. दहा वर्षांपूर्वी मालवाहू पोर्टर म्हणून काम करणारा कांचा आता 'एव्हरेस्ट शिखरवीर' झाला होता.

विजिगीषू वृत्ती आणि कष्ट उपसण्याची तयारी यांमुळे कांचाचे जीवनच बदलून गेले. कांचा 'क्विक लर्नर' होता. फक्त नववी पास असलेल्या या मुलाने पुण्यात आल्यावर

'नेपाळी-इंग्रजी' असे भाषांतराचे पुस्तक आणून इंग्रजी आत्मसात केली. तांत्रिक बाबी तर सहज शिकायचा. त्याची कौशल्ये बघून कांचाला पुण्यातील एका प्रसिद्ध सायकल विक्रेत्या ब्रँडकडे SAP तांत्रिक साहाय्यक म्हणून नोकरीदेखील मिळाली. आज त्याचा ट्रेकिंग कंपनीचा व्यवसाय आहे.

कांचा आता पक्का पुणेकर आहे. कांचादेखील इतका अस्खलित मराठी बोलतो, की तो जन्माने महाराष्ट्रीय नसून नेपाळी आहे, यावर कोणाचा विश्वासदेखील बसणार नाही.

कळत-नकळत का होईना टेकराज अधिकारी उर्फ कांचाच्या रूपाने 'हिमालयपुत्र सह्याद्रीचा पुत्र' झाला, एवढे मात्र नक्की.

■ ■ ■

हिमालयाचे भूमिपुत्र : शेर्पा

अतिउंच शिखरांनी, दुर्मीळ प्राणी-पक्षी-वनस्पतींच्या प्रजातींनी, निसर्गाच्या मनोहारी रूपांनी नटलेल्या हिमालयाची फारशी माहीत नसलेली, किंबहुना दुर्लक्षित असलेली ओळख म्हणजे 'शेर्पांचे माहेरघर'. काही शतकांपूर्वी तिबेटच्या पूर्वेकडील भागातून आलेली ही जमात हिमालयाच्या अतिउंच प्रदेशात वसली ती कायमचीच. त्यांनी हिमालयाला आपले माहेरघर केले आणि अतिउंच शिखरांना आपली कर्मभूमी. जगातील सर्वोच्च शिखर असलेल्या माउंट एव्हरेस्टवर सर्वांत प्रथम चढाई करणाऱ्या जोडगोळीमधील एक शिखरवीर गिर्यारोहक हादेखील शेर्पाच. सर एडमंड हिलरी यांच्या साथीने *शेर्पा तेनसिंग नोर्गे* यांनी माउंट एव्हरेस्टवर पाऊल ठेवले आणि एव्हरेस्ट व शेर्पा यांच्या अतूट नात्याची नांदी घातली. आज शेर्पांशिवाय एव्हरेस्ट चढाई ही जवळपास अशक्यच.

माझ्यासाठी शेर्पा हे डोंगरांएवढेच प्रिय आहेत. मी शेर्पांना माझे डोंगरभाऊ मानतो. नेपाळ हिमालयात जसजशा मोहिमा वाढत गेल्या, तसतसे माझा शेर्पांशी असलेला ऋणानुबंध वाढत गेला. या नात्याला खरी कलाटणी मिळाली २०१२मध्ये. 'गिरिप्रेमी'च्या 'पुणे-एव्हरेस्ट २०१२' या एव्हरेस्ट शिखरावर आयोजित भारतातील

सर्वांत मोठ्या नागरी गिर्यारोहण मोहिमेच्या नेतृत्वाची धुरा माझ्याकडे होती. त्यामुळे शिखरचढाईच्या आधी सर्वांगीण तयारीसाठी माझे नित्यनेमाने दौरे व्हायचे. आधी म्हटल्याप्रमाणे एव्हरेस्ट शिखरचढाईतील महत्त्वाच्या तयारीपैकी सर्वांत प्रमुख म्हणजे शेर्पा साथीदारांची, पर्यायाने शेर्पा एजन्सीची निवड. त्या वेळी माझी *वांगचू शेर्पा* यांच्याशी भेट झाली. पहिल्या भेटीत आपलेसे करणाऱ्या वांगचूशी मैत्री झाली, ती त्याच्या अकाली एक्झिटपर्यंत टिकली. आजही वांगचू आठवणींच्या रूपात माझ्याशी जोडलेलाच आहे. वांगचू कर्करोगाने ग्रस्त होता. त्याला उपचारदाखल पुण्यात घेऊन आलो होतो, तेव्हा दीनानाथ मंगेशकर रुग्णालयात त्याच्यावर झालेल्या सर्जरीनंतर डॉक्टरांनी व्यक्त केलेले मत आजही मला स्पष्ट आठवते. ते म्हणाले होते की, आजवर केलेल्या असंख्य सर्जरींमध्ये वांगचूसोबत आलेला अनुभव वेगळाच आहे. त्याच्याइतके मजबूत आतडे त्यांनी पाहिले नव्हते. डॉक्टरांचे हे मत शेर्पांच्या वेगळेपणाची पावती होती.

डोंगरात, अतिउंचीवर जन्म झाल्याने शेर्पांच्या शरीराची आपल्यापेक्षा वेगळी जडणघडण होते. त्यांची फुप्फुसे अत्यंत कमी प्राणवायूतदेखील तेवढ्याच क्षमतेने काम करू शकतात, तर त्यांच्या आतड्यात असलेले बळदेखील सामान्य नागरिकांपेक्षा अधिक असते. म्हणूनच शेर्पा अतिउंचीवर सहजतेने वावरू शकतात. मी नेहमी म्हणतो, काही लोक जसे 'डबल हाडाचे' असतात, तसे शेर्पा हे 'डबल फुप्फुसाचे असतात.

अशा शेर्पांविषयी माझे कुतूहलदेखील वाढत गेले.

अतिउंचीवर शिखरचढाई करणारे मदतनीस म्हणजे शेर्पा, हे समीकरण हे शेर्पांच्या अतिशय चोख कामामुळे दृढ होत गेले. आज मोहिमेसाठी मदतनीस घेऊन जाणे, याला थेट 'शेर्पा सपोर्ट घेणे' असेच संबोधतात, इतकी घट्ट मुळे शेर्पांनी गिर्यारोहणात रोवली आहेत. मात्र गिर्यारोहणापलीकडचा शेर्पा समाज जाणून घेण्याची माझी खूप इच्छा

गरीब, कमी शिकलेल्या शेर्पा समाजात घरातील प्रत्येक निर्णयप्रक्रियेमध्ये स्त्रीचा प्रमुख सहभाग असतो.

होती. फक्त गिर्यारोहण मोहिमा म्हणजे शेर्पा, एवढीच ओळख नसलेला शेर्पा मला शोधायचा होता. मोहिमांच्या निमित्ताने मी कधी नेपाळला गेलो, की अशाच एखाद्या अवलियाला शोधून भेटल्याशिवाय मला चैन पडायची नाही. अशा भेटीगाठींतून शेर्पांच्या 'फायटिंग स्पिरिट'ची प्रचिती येऊ लागली. उण्यापुऱ्या ४ लाखांच्या घरात लोकसंख्या असलेला शेर्पा समाज आज जगभर पसरला आहे. विशेषतः नेपाळमधील मकालू, खुम्बू या डोंगराळ प्रदेशांमध्ये शेर्पांनी आपले बस्तान बसवले आहे. एव्हरेस्टवर चढाई करणाऱ्या शेर्पांनी नेपाळच्या सामाजिक, आर्थिक आणि राजकीय क्षेत्रांतीलदेखील अनेक शिखरे यशस्वीरीत्या पार केली आहेत. शून्यापासून व्यवसाय निर्माण करणाऱ्या शेर्पांपासून 'एव्हरेस्ट समीटर्स असोसिएशन'सारख्या प्रथितयश संस्थांच्या प्रमुखपदावर शेर्पा विराजमान झाले आहेत. कधी काळी फक्त सामान उचलणारा 'भारवाहक' अशी ओळख असलेल्या या शेर्पांनी अवघ्या काही दशकांमध्येच मारलेली मजल अतिशय विलक्षण आहे.

तुलनेने गरीब व कमी शिकलेल्या शेर्पा समाजात घरातील प्रत्येक निर्णयप्रक्रियेमध्ये स्त्रीचा प्रमुख सहभाग असतो. कोणताही गाजावाजा न करता स्त्री-पुरुष समानता शेर्पांनी खऱ्या अर्थाने आपल्या समाजात रुजवली आहे. शेर्पा लोकांचा स्वभाव मनमिळाऊ असतो, म्हणूनच प्रत्येक मोहिमेत सहभागी शेर्पांची सोबत आयुष्यभराची आठवण

तब्बल ५,२०० मीटर उंचीवरील एव्हरेस्ट बेस कॅम्पजवळ गोरक्षेप या ठिकाणी स्थानापन्न छत्रपती शिवाजी महाराजांचा पुतळा

ठरते. या समाजात असणाऱ्या नामकरण करण्याच्या, लग्नाच्या, सणवार साजरे करण्याच्या प्रथा या वेगळ्या व रंजक आहेत. मोहिमेसाठी आमच्या कुक असलेल्या फिंजू शेर्पापासून शेर्पांचा प्रमुख असलेल्या शेर्पापर्यंत अनेकांशी गप्पा मारताना त्यांचे 'शेर्पापण' उलगडले आहे. माझ्या आयुष्यात भेटलेल्या अनेक शेर्पांपैकी १४ निवडक शेर्पांचा जीवनप्रवास 'पर्वतपुत्र शेर्पा' (इंग्रजी व मराठी) या पुस्तकातून उलगडण्याचा मी प्रयत्न केला आहे.

गिर्यारोहण मोहिमेतील मदतनीस शेर्पांसोबत तुमचे व्यावसायिक नाते असते. मोहीम संपली, करार संपला की तुमचा संपर्कदेखील थांबतो. बहुतांश देशातील गिर्यारोहक शेर्पांशी असाच संबंध-संपर्क ठेवतात. मला, गिरिप्रेमीतील माझ्या गिर्यारोहक साथीदारांना मात्र असे वाटत नाही. शेर्पा हे आपले डोंगरबंधू, आपले आप्तेष्ट वाटतात. त्यामुळे दर वर्षी आम्ही विविध शेर्पा बांधवांना पुण्यात बोलवतो. डोंगरात रममाण शेर्पांना समुद्र बघण्याची हौस असते, तीदेखील पूर्ण करतो.

शेर्पांसाठी गिरिप्रेमीने २०१२पासून 'छत्रपती शिवाजी महाराज शेर्पा सोशल प्रोजेक्ट' हाती घेतला आहे. या उपक्रमाची मुहूर्तमेढ छत्रपती शिवाजी महाराजांचा पुतळा तब्बल

५,२०० मीटर उंच असलेल्या एव्हरेस्ट बेस कॅम्पजवळील गोरक्षेप या ठिकाणी स्थानापन्न करून केली. आज प्रकल्पांतर्गत खुम्बू खोऱ्यात वसलेल्या वंचित शेर्पा समाजासाठी विविध प्रकल्प हाती घेतले आहेत. याचाच भाग म्हणून शेर्पा समाजातील दोन गुणवान मुलींना पुण्यात घेऊन येऊन त्यांच्या उच्च शिक्षणाची संपूर्ण जबाबदारी गिरिप्रेमी व असीम फाउंडेशन यांनी घेतली आहे.

शेर्पांसाठी काम करणे म्हणजे हिमालयाप्रति कृतज्ञता व्यक्त करण्यासारखे आहे. कारण शेर्पा हे खऱ्या अर्थाने हिमालयाचे भूमिपुत्र. आपण हिमालयाचे देणे लागतो, तेच शेर्पासेवेतून फेडत आहोत, अशीच माझी भावना आहे.

■ ■ ■

हिमालय व
भारतीय सुरक्षा दल

भारतासाठी हिमालय हा सामरिकदृष्ट्या अत्यंत महत्त्वाचा आहे. एका बाजूला चीन आणि दुसऱ्या बाजूला पाकिस्तान अशा दुहेरी आव्हानांचा भारताला नेहमी सामना करावा लागतो. या दोन्हीही बाजूंनी संरक्षण करण्यासाठी हिमालय हा आपल्यासाठी जमेची बाजू राहिला आहे. हिमालयामुळे अनेक आव्हाने आपण परतवून लावू शकलो. हिमालयात असणारे भारतीयांचे प्रभुत्व यामागे भारतीय सुरक्षा दलांची अनेक दशकांची मेहनत आहे. हिमालयाला आपलेसे करून महत्त्वाच्या व मोक्याच्या जागेवर भारतीय सुरक्षा दलांचा जागता पहारा आहे. या यशामागे भारतीय सैनिकांना हिमालयाविषयी असलेली आत्मीयता कारणीभूत आहे, हे मी माझ्या आजपर्यंतच्या अनुभवावरून ठामपणे सांगू शकतो.

हिमालयातील अनेक भारतीय सैनिकांनी महत्त्वपूर्ण कामगिरी केली. त्यांतील अग्रणीचे नाव म्हणजे कर्नल नरेंद्र कुमार. भारतीय सुरक्षेच्या दृष्टीने अत्यंत महत्त्वाचा असलेला सियाचीन हा भाग भारताच्या आधिपत्याखाली राहण्यामध्ये सर्वांत महत्त्वाची भूमिका बजावणाऱ्या तुकडीचे प्रमुख म्हणजे कर्नल कुमार. १९७८ व १९८१मध्ये भारतीय सैन्यदलाने सियाचीन ग्लेशियरवर दोन मोहिमा केल्या. त्यांच्या तुकडीतील सैनिकांनी २५,४०० फूट व २४,३०० फूट इतक्या उंचीवर चढाई करून महत्त्वाच्या नोंदी घेतल्या.

या माहितीच्या आधारावरच पुढे जाऊन भारतीय सैन्यदलाला सियाचीन ग्लेशियरवर तळ उभारता आला. या तळाला नावदेखील नरेंद्र कुमारांचेच दिले गेले आहे. हा तळ 'कुमार बेस' म्हणून ओळखला जातो. सियाचीन ग्लेशियरचे भौगोलिक स्थान, तेथे असलेली हाडे गोठवणारी थंडी, उणे ३० अंशांपेक्षाही कमी तापमान अशा वातावरणात अत्यंत कठीण अशी चढाई करून सैनिकी मोहीम आखणे म्हणजे अशक्यप्राय कामगिरीच. कर्नल कुमारांनी व त्यांच्या संघाने सगळी आव्हाने लीलया पेलली व भारतीय सुरक्षेच्या दृष्टीने अत्यंत महत्त्वाचे असे सियाचीन ग्लेशियर भारताच्याच ताब्यात राहील, हे सुनिश्चित केले. कर्नल कुमार हे हाडाचे गिर्यारोहक. जगातील तिसरे सर्वांत उंच शिखर असलेल्या माउंट कांचनजुंगावर यशस्वी झालेल्या भारतातील पहिल्या गिर्यारोहण मोहिमेचे ते नेते होते. गिरिप्रेमीच्या कांचनजुंगा मोहिमेच्या निमित्ताने कर्नल कुमार पुण्यात आले होते, तेव्हा त्यांचा सहवास लाभला. त्यांनी आम्हाला कांचनजुंगा शिखरचढाईविषयी मार्गदर्शन तर केलेच; सोबतीला सियाचीन ग्लेशियरवरील सैन्यदलाच्या मोहिमेबद्दलदेखील उलगडून सांगितले. त्यांच्या अचाट कामगिरीविषयी त्यांच्याच शब्दांत ऐकून छाती अभिमानाने फुलून आली.

हिमालयात सैनिक म्हणून काम केलेल्या सैन्यदलातील सर्वांनाच हिमालयाचे, तेथील लोकांचे, तेथील भौगोलिक परिस्थितीचे अप्रूप असते. एकदा भारत-नेपाळ सीमेवरील नेपाळी खेडेगावातील एका छोट्या मुलाच्या पायाला जखम झाली. त्याचे वडील पुण्यात वॉचमन म्हणून कामाला होते. त्यांच्या मुलावर गावाकडील स्थानिक उपचार काही फारसे लागू पडले नाहीत. जखम वाढत होती. लवकर चांगले उपचार केले नाहीत, तर गँगरीन

'कांचनजुंगा इको एक्स्पिडिशन' या शिखरचढाईत सामील झालेले
'गिरिप्रेमी'चे गिर्यारोहक कर्नल कुमार यांच्यासमवेत

होण्याची शक्यता होती. त्याला पुण्यात आणला, तर चांगले उपचार मिळू शकणार होते. तो वॉचमन कांचाच्या (गिरिप्रेमी परिवारातील सदस्य व मूळचा नेपाळी) मार्फत आमच्याकडे आला. आम्ही त्या मुलाला दीनानाथ मंगेशकर रुग्णालयात दाखल केले. काही लाखांची शस्त्रक्रिया त्या मुलावर करावी लागणार होती. आम्ही मदतीसाठी लोकांना विनंती केली. काही दिवसांतच शस्त्रक्रियेला गरजेची असणारी रक्कम जमा झाली, यात ७० टक्के वाटा होता तो पुण्यातील माजी सैनिकांचा. माजी सैनिक संस्थेचे एक सदस्य त्या मुलाला येऊन भेटूनदेखील गेले. ते म्हणाले होते, 'या पहाडी लोकांचे जीवनमान आम्ही जवळून बघितले आहे. त्यांच्यापैकी कोणाला असा त्रास असेल, तर आम्ही नाही मदतीला येणार, तर कोण येणार?' या एका छोट्या घटनेतूनदेखील मी सैनिकांची हिमालय व तेथील लोकांविषयी असलेली आत्मीयता जवळून अनुभवली.

माझ्या 'हिमालयातील दिवसां'मध्ये अनेकदा अतिउंचीवर महिन्याभरापेक्षा जास्त काळ राहावे लागले.

अष्टहजारी शिखर मोहिमांच्या निमित्ताने गेल्या नऊ वर्षांत आठ वेळा मी पाच हजार मीटर उंचीवर प्रत्येक वेळी किमान चाळीस दिवस राहिलो आहे. इतक्या उंचीवर, हिमवृष्टीत, अतिशय खडतर तापमानात एकांगी वातावरणात राहत असताना शारीरिकदृष्ट्या तर कस लागलाच, पण मानसिकदृष्ट्या ते दिवस अधिक आव्हानात्मक होते.

तो काही आठवड्यांचा काळ हा आमच्यासाठी परीक्षा पाहणारा असतो. मात्र अशाच उंचीवर, अशाच भौगोलिक परिस्थितीत आपले सैनिक महिनोन्महिने खडा पहारा देत असतात. आजूबाजूला सतत दिसणारे पांढरे हिम, सोसाट्याचा वारा, अत्यंत कमी तापमान, सोबतीला हिमस्खलनाचा सतत असणारा धोका अंगावर झेलून आपले सैनिक जिवाची पर्वा न करता सर्व आव्हानांना तोंड देऊन, एकाग्र राहून आपल्या देशाचे रक्षण करतात, याबद्दल त्यांचा आपल्या सर्वांना अतीव अभिमान आहे.

हिमालयात खडा पहारा देऊन देशाचे रक्षण करण्यासोबत हिमालयाचा, हिमालयातील लोकांचा शाश्वत विकास व्हावा, यासाठी भारतीय सैन्यदलातील सर्वच विभाग सतत कार्यरत असतात. यातील एक म्हणजे 'बॉर्डर रोड ऑर्गनायझेशन'. काश्मीर असो वा अरुणाचल, जिथे देशाची सीमा आहे, त्या दुर्गम भागात अत्युच्च दर्जाचे 'रोड इन्फ्रास्ट्रक्चर' उभे करण्याचे, दुर्गम भागाला रस्त्यांद्वारे जोडण्याचे महत्त्वाचे काम ही संस्था करत असते. त्यांच्या उत्तम कामाचा अनुभव हिमालयात गेल्यावर नेहमीच घेत आलो आहोत. दर वेळी हिमालयात गेलो, की एक चांगला व नवीन रस्ता आम्हाला बघायला मिळतो. यामुळे

हिमालयाचा आणि हिमालयातील लोकांचा शाश्वत विकास होण्यासाठी झटणाऱ्या
'बॉर्डर रोड ऑर्गनायझेशन'तर्फे केलेली विकासकार्ये

सुखकर होणारा प्रवास हा विलक्षण समाधान देणारा असतो. याची खरी प्रचिती येते, ऋषिकेश ते उत्तरकाशी या रस्त्यावर. ज्यांनी १९८०-९० या दशकांमध्ये या मार्गाने प्रवास केला असेल, त्यांना मी काय म्हणतो आहे, हे नक्कीच समजेल. निसर्ग कितीही सुंदर असला, जिकडे बघाल तिकडे डोळ्यांचे पारणे फेडणारा नजारा असला, तरीही अवघ्या १५०-२०० किलोमीटर्ससाठी दोन दिवस प्रवास करणे, हे नकोनकोसे वाटत असे. त्या काळी या भागात रस्ता असा काही प्रकारच नसे. भूस्खलन, हिमवर्षाव, पाऊस यांमुळे हे रस्ते दर वर्षी खराब होत असत किंवा वाहून जात असत. जेव्हा 'बीआरओ'ने या रस्त्याचा प्रकल्प हाती घेतला, तेव्हा कायापालट काय असतो, ते बघायला मिळाले. डोंगरांतून वाट काढत, निसर्गाला कमीत कमी हानी करत हा रस्ता उभारला गेला. आजही इथे तेवढाच हिमवर्षाव होतो, पाऊस होतो आणि भूस्खलनदेखील नित्याचेच आहे; मात्र रस्त्याची हानी ही कमीत कमी होते. त्यामुळे आज ऋषिकेश ते गंगोत्री प्रवास काही तासांचा झाला आहे. सकाळी ऋषिकेशहून निघालो, की रात्री मुक्कामाला उत्तरकाशीत पोहोचता येते. हे सर्व शक्य झाले 'बीआरओ'च्या अथक प्रयत्नांमुळे.

हिमालयात असताना जसा भारतीय संरक्षण दलाच्या कामाचा अनुभव घेतला, तसाच अनुभव आम्हाला पुण्यातदेखील मिळाला. पुणे हे भारतीय सैन्यदलाच्या दक्षिण कमांडचे मुख्यालय. लेफ्टनंट जनरल या कमांडचे प्रमुख. सध्या पुण्यातील दक्षिण कमांडचे प्रमुख आहेत, लेफ्टनंट जनरल अजय कुमार सिंह. यांना गिर्यारोहणाचे साहसाचे प्रचंड वेड. वर्तमानपत्राच्या माध्यमातून त्यांना गिरिप्रेमीच्या माउंट मेरू मोहिमेबद्दल समजले. एक नागरी गिर्यारोहण क्लब मेरूसारख्या अभेद्य शिखरावर यशस्वी चढाई करतो, यासाठी मोठा निधी उभा करतो व सामान्य मध्यमवर्गीय घरांतील मुलांना गिर्यारोहक बनवून हे यश खेचून आणतो, हे सर्वच त्यांच्यासाठी कुतूहलाचे होते. मेरू

शिखर चढाई करून पुण्यात पोहोचेपर्यंत आम्हाला दक्षिण कमांडच्या मुख्यालयात येण्याचे आमंत्रण मिळाले. हा आमच्यासाठी सुखद धक्का होता. लेफ्टनंट जनरल अजय कुमार यांना भेटण्याची उत्सुकता आम्हालादेखील होती. पण सैन्यदल म्हटले की शिस्तबद्ध कार्यक्रम. त्यांच्यासोबत भेटल्यावर काय बोलायचे, काय प्रेझेंट करायचे या सगळ्याची रंगीत तालीम आधी झाली. भेटीची वेळ ठरली. आमच्याकडे एकूण ४५ मिनिटे होती. मी, भूषण हर्षे, विवेक शिवदे व सोबत आमच्या संस्थेच्या संस्थापिका-अध्यक्षा उष:प्रभा पागे असे सर्व जण अजय कुमार यांना भेटलो. आमच्या गप्पा इतक्या रंगल्या, की ४५ मिनिटांची बैठक तब्बल दोन तासांहून अधिक वेळ चालली. नागरी गिर्यारोहक क्लब एवढ्या अवाढव्य मोहिमांचे नियोजन कसे करतो, यासाठी लागणारे पैसे-संसाधने कशी उभी करतो आणि सर्वांत महत्त्वाचे म्हणजे, शारीरिक व मानसिक तंदुरुस्ती कशी राखतो, यांविषयी लेफ्टनंट जनरल यांना कुतूहल होते. त्यांनी आम्हाला बरेच प्रश्न विचारले, आमचे अनुभव जाणून घेतले. आमच्या कार्याबद्दल त्यांना वाटणारा आदर व अभिमान त्यांच्या देहबोलीत दिसत होता. आमच्यासाठी ही खूप मोठी पावती होती. गिरिप्रेमीच्या यशाबद्दल त्यांनी आमचे कौतुक तर केलेच, सोबतीला 'स्वोर्ड ऑफ रेगेलिया' या सैन्यदलातील बहुमानाने आम्हाला सन्मानित केले. हा संपूर्ण अनुभवच आम्हाला भारावून टाकणारा होता.

भारतीय सैन्यदलाचे व हिमालयाचे अतूट नाते आहे. विविध अनुभवांतून मी या नात्यातील ओलावा जवळून बघितला आहे. कारगिलसारख्या युद्धात सैनिकांनी व त्यांच्यात असलेल्या 'गिर्यारोहकां'नी प्राणांची बाजी लावून केलेल्या पराक्रमामुळे आपण विजयी होऊ शकलो. युद्धात देशाच्या रक्षणासाठी आपले सैनिक सदैव तयार असतातच, सोबतीला आधुनिक काळात हिमालयाच्या जडणघडणीमध्ये आपल्या सैनिकांनी दिलेले योगदानही अमूल्य आहे. त्यांच्याप्रति व हिमालयाप्रति कृतज्ञता व्यक्त करण्याचा हा माझा प्रयत्न.

■ ■ ■

हिमालयातील अवलिया :
पहाडी विल्सन

गिरिप्रेमीची २०२१मध्ये *माउंट मंदा-१* या अजिंक्य शिखरावर मोहीम आयोजित केली होती. या महत्त्वाकांक्षी मोहिमेसाठी गिर्यारोहकांचा संघ गढवाल हिमालयात दाखल होण्याआधी आठ दिवस मी माझ्या पत्नीसोबत हर्षिल-गंगोत्री परिसरात भटकंतीसाठी गेलो होतो.

माझे हर्षिल परिसराशी भावनिक नाते आहे. १९८५मध्ये मी नेहरू इन्स्टिट्यूट ऑफ माउंटेनीयरिंग या गिर्यारोहण प्रशिक्षण संस्थेमध्ये बेसिक माउंटेनीयरिंग कोर्स करत असताना आमचे फील्ड ट्रेनिंग हे हर्षिल-गंगोत्री परिसरात झाले होते. हिमालयाशी एकरूप होण्याची प्राथमिक पावले मी याच परिसरात टाकली होती. त्यामुळे पुन्हा एकदा हर्षिलला जाऊन तेथील नितांत सुंदर निसर्गाचा, भागीरथी नदीच्या (जी पुढे जाऊन गंगा होते) विस्तीर्ण पात्राचा, डौलाने उभ्या असलेल्या देवदारच्या जंगलांचा, सफरचंदाच्या बागांचा अनुभव घ्यायचा होता. त्यासाठी मी हर्षिलपासून थोडे पुढे, उंचीवर असलेल्या छोल्मी गावात मुक्कामासाठी राहिलो. येथे राजेश नेगी नावाचा मित्र राहतो, त्याचे स्वतःचे होम स्टे आहे, शिवाय हर्षिल व इतर परिसराची त्याला इत्थंभूत माहिती आहे. त्यामुळे माझे येथील राहणे रंजक होणार होते.

मी राजेशला भेटल्यावर असेच बोलता बोलता विल्सन हटचा विषय निघाला. १९८५मध्ये बेसिक माउंटेनीयरिंग कोर्सच्या वेळी मी विल्सन हट या भव्य वास्तूत काही दिवस राहिलो होतो. तसेच विल्सन हटविषयी अनेक रंजक कथा ऐकल्यादेखील होत्या. त्यामुळे जुन्या दिवसांना उजाळा देण्यासाठी मला विल्सन हटला भेट द्यायची होती. मात्र, माझा हिरमोड झाला. राजेशने विल्सन हट काही वर्षांपूर्वी जळाल्याचे सांगितले. त्याच्या काही खाणाखुणा आहेत, मात्र ३६ वर्षांपूर्वी पाहिलेली हट आता अस्तित्वात नाही, असे सांगितले. सोबतीला विल्सन या अवलियाचे अनेक किस्से सांगितले. मला विल्सनविषयी जुजबी माहिती होती, मात्र राजेशने सांगितलेल्या किश्शांवरून माझे विल्सनबद्दल कुतूहल वाढले. त्यात राजेशने मला त्याच्याकडे असलेले विल्सनविषयी माहिती देणारे पुस्तक दिले, जे मी झपाट्याने वाचून काढले.

हर्षिल-गंगोत्री परिसर खऱ्या अर्थाने प्रकाशझोतात आणणारा विल्सन विलक्षण होता. भारताच्या भविष्यावर परिणाम करणाऱ्या अनेक गोष्टींच्या विकासात आणि विध्वंसात विल्सनचा खूप मोठा वाटा आहे.

फौजांकडून १८४०च्या दशकात लढणारा विल्सन नावाचा तरुण अधिकारी युद्धानंतर सैन्यदलातून पळून येऊन हिमालयात स्थायिक झाला. टेहरी गढवाल राज्यातील राजाने आश्रय नाकारल्यावर विल्सन गुपचूप दुर्गम हिमालयात स्थायिक झाला. तेव्हा मसुरीपर्यंतच दळणवळणाची साधने उपलब्ध होती. विल्सनने मसुरीच्या पुढे काही किलोमीटर डोंगराळ व घनदाट जंगलातून प्रवास करत हर्षिल नावाच्या छोट्या गावात आपले बस्तान बसवले.

हर्षिल परिसरातील देवदार वृक्ष

सुरुवातीला तो कस्तुरी मृगाची शिकार करून त्याच्या विविध अवयवांची तस्करी करत असे. स्थानिक लोकांना घेऊन त्याने या अवैध धंद्यातून भरपूर नफा कमावला, तो स्थानिकांत वितरितदेखील केला. त्यामुळे विल्सनवर लोकांनी विश्वास टाकला.

विल्सन हा अतिशय हुशार आणि महत्त्वाकांक्षी होता. स्थानिक राजासोबत करार करून आपला फायदा कसा करून घ्यायचा, यात तो तरबेज होता. हर्षिल व आसपासच्या गावांतील परिसर हा देवदार वृक्षांनी संपन्न आहे. या वृक्षाचे व्यावसायिक महत्त्व वाढविण्यात विल्सनने पुढाकार घेतला. वनस्पतिशास्त्राची जाण असलेल्या विल्सनने देवदार वृक्ष घरांपासून रेल्वेपर्यंत सर्वच कामांमध्ये उपयोगाला येऊ शकतो, हे हेरले. त्यामुळे हजारो एकर परिसरातील देवदार वृक्ष तोडून त्याचे ओंडके विकण्यास सुरुवात केली. त्या वेळी ब्रिटिशांनीदेखील भारतात रेल्वेचे जाळे विणण्यास सुरुवात केली होती. त्यांना टिकाऊ, मजबूत लाकडाचे रेल्वेचे स्लिपर्स बनविण्यासाठी गरज होती. या वेळी विल्सन ब्रिटिशांच्या मदतीला धावून आला. त्यांना हवे तेवढे लाकूड विल्सनने विकण्यास सुरुवात केली. या वेळी उंचीवरच्या दुर्गम भागातून खालच्या भागात जाड देवदार ओंडके त्याने अक्षरशः भागीरथी नदीच्या प्रवाहात सोडले आणि अक्षरशः ऋषिकेशपर्यंत पोहोचवले. येथे विल्सनच्या अंगीभूत असलेल्या वनस्पतिशास्त्राचा अभ्यास कामाला आला. देवदार वृक्ष हे पाण्यात खराब होत नाहीत, त्यामुळे भागीरथीच्या प्रवाहातून वाहतूक करण्याची शक्कल त्याने लढविली.

विल्सन हट उर्फ पहाडी विल्सन आणि त्याने
स्वतःच्या नावाने सुरू केलेले चलनी नाणेच 'विल्सन रुपी'

या सर्व प्रकारांमुळे विल्सन हा स्थानिक लोकांचा आधार बनला. त्या काळी हिमालयाच्या दुर्गम भागात चलनी नाण्यांची फारशी ओळख नव्हती. त्यामुळे विल्सनने आपल्या स्वतःच्या नावाचे व मालकीचे चलनी नाणेच प्रसिद्ध केले. 'विल्सन रुपी' या नावाने हे नाणे प्रचलित झाले. या नाण्यांचा स्थानिकांवर एवढा प्रभाव होता, की १८८०च्या दशकात विल्सनचा मृत्यू झाल्यावरदेखील पुढील दोन दशके ही नाणी व्यवहारात होती.

विल्सन हा धूर्त होता. आपले व्यवहार सुरळीत चालावेत, यासाठी त्याने टेहरी गढवालच्या राजासोबत, ब्रिटिशांसोबत विविध करार केले, जेणेकरून त्याच्या व्यवसायांवर कोणतीही गदा येणार नाही. इतकेच काय, स्थानिकांचे मन जिंकण्यासाठी त्याने चक्क स्थानिक गढवाली मुलीशी लग्न केले. त्या मुलीपासून अपत्य होत नव्हते, म्हणून त्या काळाशी सुसंगत असलेल्या पद्धतीनुसार आपल्या पहिल्या बायकोच्या आत्यासोबत दुसरे लग्न केले. विल्सनची ओळखच 'पहाडी विल्सन' अशी होती. तो मूळचा इंग्लंडमधील यॉर्कशायरचा, मात्र स्वतःला तो हर्षिलचा स्थानिक म्हणवून घेत असे. तो हर्षिल व जवळच्या परिसराचा अनभिषिक्त सम्राट होता.

त्याने स्थानिकांना आपला फायदा होत असेल तर शिकार करणे गैर नाही, हे पटवून दिले. सोबतीला देवदार वृक्षांची तोड करून ओसाड झालेल्या जागेवर सफरचंद व राजमा यांसारखी नगदी पिके घेण्यास सुरुवात केली. त्यातूनदेखील नफा मिळविण्याचे तंत्र स्थानिकांना अवगत करून दिले. गढवाल भागात नगदी पिकांविषयी फारशी माहिती नव्हती. त्यातून अर्थार्जन होईल, याचा मागमूसही नव्हता. विल्सनने स्थानिकांना सफरचंद व राजमाचे व्यावसायिक महत्त्व पटवून दिले. आजही ही पिके गढवाल हिमालयाच्या अर्थव्यवस्थेचा प्रमुख भाग आहेत.

विल्सन हा क्रूर व मतलबी होता, याचे अनेक संदर्भ सापडतात. मात्र हर्षिलचे स्थानिक आजही काही प्रमाणात विल्सनला अगदी देवाचा दर्जा देण्यासही कमी करत नाहीत. १८८०च्या दशकात विल्सन मरण पावला. पुढे जाऊन त्याचा वंश खुंटला. स्थानिक मंदिरातील देवाच्या विरुद्ध जाऊन शिकारी केल्याने विल्सनचा वंश खुंटेल, असा शाप कोण्या पुजाऱ्याने दिला होता, जो पुढे जाऊन खरा ठरला, असे स्थानिक सांगतात. पुस्तक वाचल्यानंतर, स्थानिकांशी संवाद साधल्यानंतर मी मुद्दाम विल्सन हटचे अवशेष बघण्यासाठी गेलो. ते अवशेष बघून, आसपासचा विस्तीर्ण परिसर बघून विल्सन आणि त्याचे रंजक आयुष्य अक्षरशः डोळ्यांसमोर उभे राहिले.

◼ ◼ ◼

हिमालयातील
वेगळे अनुभव

माझा आवडता शिक्षक : हिमालय

मी लहान असताना अत्यंत भित्रा होतो. नारायण पेठेत आम्ही ज्या वाड्यात राहायचो, त्या वाड्याच्या पाठीमागच्या भागात रात्री एकटे जाण्याची माझी हिंमत व्हायची नाही. महाराष्ट्र मंडळाच्या कटारिया प्रशालेत त्या वेळी मी शिकत होतो. एके दिवशी शाळेच्या 'ट्रेकिंग क्लब'शी माझी ओळख झाली आणि माझ्यातील साहसी जीवनप्रवासाची नकळतपणे मुहूर्तमेढ झाली. आमचा ३०-४० जणांचा चांगला ग्रूप बनला. क्लबच्या उपक्रमांचा भाग म्हणून आम्ही 'क्लब मेंबर्स' सह्याद्रीतील गडकिल्ल्यांवर स्वच्छंद भटकंती करायचो. या भटकंतीत खूप मजा यायची, सोबतीला साहसी बीजे माझ्या मनात रोवण्याचे काम या छोट्या-मोठ्या ट्रेक्सनी केले. मात्र साहसी वृत्तीची मुळे घट्ट झाली, ती हिमालयाच्या पहिल्यावहिल्या ट्रेकच्या निमित्ताने.

आमच्या 'ट्रेकिंग क्लब'चे वर्षभर सह्याद्रीत ट्रेक्स होत असत. या ट्रेक्समध्ये उत्तम कामगिरी करणाऱ्या काही निवडक विद्यार्थ्यांना घेऊन हिमालयात ट्रेक आयोजित केला जाणार आहे, असे आम्हाला आमच्या सरांनी सांगितले होते. त्यामुळे हिमालयात जाण्याच्या ओढीने मी अधिक मेहनत घेत होतो. शेवटी वार्षिक परीक्षा संपल्यावर मे महिन्यात हिमालयातील 'व्हॅली ऑफ फ्लॉवर्स' येथे होणाऱ्या ट्रेकची घोषणा झाली व या

ट्रेकसाठी घेऊन जाणाऱ्या अकरा विद्यार्थ्यांमध्ये माझा नंबर लागला. १९७८चे वर्ष होते. मी अवघ्या तेरा वर्षांचा होतो. आमच्या सर्वांसाठीच हा हिमालयातील पहिला ट्रेक होता. सुमारे १०० किलोमीटर पदभ्रमण आणि १४ हजार फूट उंचीवर चढाई, अशी आमच्या ट्रेकची उद्दिष्टे होती. ट्रेकची व्याप्ती तेव्हा लक्षात आली नाही. मी फक्त हिमालयात जायला मिळते आहे, या खुशीतच होतो. 'सह्याद्रीतील भटकंती आता हिमालयात!' असे घोषवाक्यच तयार झाले होते. कोणास ठाऊक का, पण हिमालयात जायला मिळणार हे पहिल्यांदा कळाल्यावर भीती वाटली नाही किंवा पोटात गोळाही आला नाही; उलटपक्षी शब्दांत व्यक्त करू शकणार नाही, इतका आनंद झाला होता. खरे तर अगदी कोवळ्या वयात घरापासून दूर जावे लागणार, त्यात हिमालयासारख्या अनभिज्ञ ठिकाणी, सोबत घरचे कुणीच नाही, आम्ही मित्र व सोबतीला आमचे सर... माझ्यासाठी सर्व काही नवीन होते. तरीही कसलीही भीती किंवा दडपण मनात नव्हते, होता तो फक्त उत्साह!

'व्हॅली ऑफ फ्लॉवर्स' तेव्हाच्या उत्तर प्रदेशमध्ये (सध्याचे उत्तराखंड) असलेल्या चमोली जिल्ह्यात वसलेले आहे. पहिल्यांदा मी जेव्हा हिमालय पाहिला, तेव्हाच मी हिमालयाच्या प्रेमात पडलो. का कोणास ठाऊक, पण हिमालय म्हणजे आधार देणारा गुरुबंधू, वाट दाखवणारा जवळचा मित्र वाटला. सोबतीला आपल्या हाताला धरून काहीतरी शिकवतो आहे, असेदेखील मनात वाटून गेले. त्या वेळी फार काही समजले नाही, मात्र मनाला सुखावणारे ते क्षण होते. पहिल्या दिवसापासून अतिशय उत्साहात आम्ही सर्व अकरा मित्रांनी 'व्हॅली ऑफ फ्लॉवर्स'मध्ये मनमुराद पदभ्रमंती केली. समुद्रसपाटीपासून इतक्या उंच ठिकाणी येण्याचा माझा पहिलाच अनुभव होता. मात्र या संपूर्ण ट्रेकमध्ये मला कोणताही त्रास झाला नाही. एकीकडे उभा असलेला धवल हिमालय, आसपास दिसणारी रंगबेरंगी फुले मनाला मोहून टाकत असत. त्यामुळे किती पायपीट झाली याचा विचार मनात येत नसे. त्या स्वच्छंद भटकंतीतून मिळणारा आनंद शब्दातीत होता. त्या वेळी 'स्वर्गीय सुख' नकळत अनुभवले होते.

ट्रेकच्या शेवटच्या टप्प्यात आमच्या अकरा जणांपैकी ३-४ जणांनी 'व्हॅली ऑफ फ्लॉवर्स' परिसरातील अनेक शिखरांपैकी एक असलेल्या सर्वोच्च ठिकाणी जाऊन आपल्या शाळेचा ध्वज फडकवावा, अशी आमच्या सरांची इच्छा होती. इच्छा काय, त्यांनी तर फर्मानच सोडले. मात्र आमच्यातील एकही जण ध्वज घेऊन जाण्यास तयार नव्हता. कारणही तसेच होते, जरी आम्ही ट्रेकचा मनमुराद आनंद लुटला असला, तरी सलग तीस दिवस पायपीट करण्याचा माझा व माझ्या सर्व मित्रांचा पहिलाच अनुभव होता. आम्ही थकलोदेखील होतो. थकव्यामुळे कोणीच 'व्हॅली ऑफ फ्लॉवर्स'च्या सर्वोच्च शिखरावर जाण्यास तयार नव्हते. परंतु माझ्यावर जास्तच प्रेम करणारे शिरीष सर माझ्या मागे लागले. 'काहीही झाले तरी, उमेश, तू शिखरावर जाणार!' असा आदेशच त्यांनी मला दिला. प्रकृतीने मी काही फार धडधाकट नव्हतो. कृश जरी नसलो, तरी पहलवान श्रेणीतदेखील नक्कीच नव्हतो. माझ्यापेक्षा अंगकाठीने चांगली मुले असताना मीच का, याचे उत्तर मला उमगत नव्हते. मी सरांना विनवणी केली, परंतु त्याचा काहीएक उपयोग

झाला नाही. शेवटी मी शिखरचढाईची तयारी सुरू केली. त्या वेळी जरी मला उमगत नसले, तरी गिर्यारोहणातील प्रत्यक्ष चढाईचे नेतृत्व करण्याची संधी मला मिळाली होती.

शेवटी तो दिवस उजाडला. मी माझ्या सवंगड्यांसोबत चढाईला सुरुवात केली. जसजसे मी वर चढत होतो, तसतसे मला चढण्याची गंमत वाटू लागली. एक अनामिक ओढ मला शिखराकडे नेत होती. माथ्यावरून जग बघण्याचे कुतूहल असेल किंवा शाळेचा ध्वज फडकविण्याचा आनंद; मी झपाट्याने शिखरमाथ्यावर जात होतो. 'व्हॅली ऑफ फ्लॉवर्स'मधील १६ हजार फूट उंचीवर वसलेल्या सर्वोच्च शिखरावर पोहोचल्यावर माझा शाळेचा ध्वज घेतलेला फोटो जेव्हा काढला, तेव्हा माझ्या आनंदाला पारावर उरला नव्हता. तो क्षण मला आजही ठळकपणे आठवतो.

शिखरावरून पायथ्याला परतलो. तेथून पुणे गाठले. परंतु या ट्रेकमुळे मला हिमालयाची ओढ लागली. वर्षातून एकदा तरी हिमालयात येईन, या निश्चयानेच मी 'व्हॅली ऑफ फ्लॉवर्स' सोडले होते. या ट्रेकमुळे माझ्या हिमालयातील मोहिमांचा श्रीगणेशा झाला. गिर्यारोहणाचे बाळकडू मला इथेच मिळाले. पुढे 'व्हॅली ऑफ फ्लॉवर्स'ला सुरू झालेला प्रवास 'माउंट एव्हरेस्ट'पर्यंत पोहोचला.

या ट्रेकने मला स्वतःच्या क्षमतांवर विश्वास ठेवण्याचे बळ दिले. हे संस्कार नकळत घडले, मात्र ते आजही माझ्यासोबत आहेत. मी नेहमी म्हणतो -

> *'गिर्यारोहणाचे संस्कार घडवणारे माझे दोन गुरू आहेत, एक सह्याद्री व दुसरा हिमालय.' अगदी लहान वयापासूनच मला माझ्या या दोन गुरूंनी दिलेल्या संस्कारांमुळे माझे आयुष्यच पालटले. सह्याद्रीने बीजारोपण केले, हिमालयाने हात धरून मोठे केले.*

हिमालयासारखा नकळत जडणघडण करणारा शिक्षक मला भेटला, म्हणूनच मी गिर्यारोहणातील उंची गाठू शकलो.

■ ■ ■

प्रथा
अशाही!

हिमालयाचे आणि माझे अतूट नाते आहे. माझ्यासाठी हिमालय म्हणजे मोठा भाऊच. वयाच्या तेराव्या वर्षी मी 'व्हॅली ऑफ फ्लॉवर्स' ट्रेकच्या निमित्ताने हिमालयात गेलो आणि हिमालयाचाच झालो. गेल्या ४० वर्षांत एव्हरेस्टसह इतर पन्नासहून अधिक हिमशिखरांवरील मोहिमांच्या निमित्ताने नियमितपणे हिमालयाच्या संपर्कात आहे. हिमालयाने मला गिर्यारोहणासोबत काय दिले असा जेव्हा प्रश्न उभा राहतो, तेव्हा मी आवर्जून सांगतो, हिमालयाने मला आयुष्याचे विविध दृष्टिकोन आत्मसात करण्यास मदत केली. हिमालयातील डोंगरदऱ्यांनी, हिमशिखरांनी, निसर्गसंपत्तीने, तेथे राहणाऱ्या माणसाने मला आयुष्य खऱ्या अर्थाने जगण्याची कला कळत-नकळत शिकवली. हिमालयातील अनुभवांनी माझे जगणे समृद्ध केले. हा अनुभव होता, तेथील अजब प्रथांचा.

मी नेहमी म्हणतो, दर १५-२० किलोमीटर्सला हिमालय हा बदलतो. म्हणजे तेथील राहणीमान बदलते, लोकांची जीवनशैली बदलते, संस्कृतीदेखील काही अंशी बदलते. अर्थातच तेथील प्रथादेखील बदलतात. कारण हिमालय हे अनेकांचे घर आहे. येथे *शेर्पा* राहतात, येथे *लेपचा* राहतात, येथे *गढवाली* राहतात. ही अगदी प्रातिनिधिक उदाहरणे आहेत. अशा हजारो जमाती आहेत, ज्यांचे जीवनमान हे वेगळेच आहे. यांच्याशी संवाद

माउंट मनास्लू : जगातील आठवे उंच शिखर

साधताना, डोंगर 'शेअर' करताना आलेले अनुभव म्हणजे विलक्षणच. असाच अनुभव आला २०१७मध्ये माउंट मनास्लू परिसरात.

गिरिप्रेमीच्या सहाव्या अष्टहजारी मोहिमेच्या निमित्ताने मी माझ्या संघासोबत नेपाळमध्ये होतो. माउंट मनास्लू या ८,१५६ मीटर उंच, जगातील आठव्या उंच शिखरावर आम्ही मोहिमेस निघालो होतो. मनास्लू हे शिखर तुलनेने दुर्गम भागात आहे. दहा दिवसांचा ट्रेक करत बेस कॅम्प गाठावा लागतो. या दहा दिवसांच्या पायी प्रवासात अनेक लोक भेटले. त्यांचे आयुष्य, चालीरीती जाणून घेण्याची संधी मिळाली.

मनास्लू बेस कॅम्प

या प्रवासात *सामदू* नावाच्या गावाहून समागावसाठी जात असताना रस्त्यात दोरची *ग्याल्जेन* यांच्या टी-हाउसमध्ये आमचा मुक्काम होता. टी-हाउस म्हणजे छोटेखानी हॉटेल, जिथे राहण्या-खाण्याची व्यवस्था केलेली असते. अगदी पारंपरिक शेर्पा पद्धतीने हे टी-हाउस बनवलेले असतात. येथे राहण्याचा अनुभव हा अतिशय समृद्ध असतो. प्रत्येक वेळी मोहिमेला निघालो की एखाद्या तरी छान अशा टी-हाउसमध्ये मुक्काम ठरलेलाच असतो. अशाच टी-हाउसमध्ये आम्ही दाखल झालो. पायपीट करून थकलो होतो. येथे पोहोचताच ग्याल्जेन यांनी आम्हाला *'शेर्पा-टी'* नावाचे अद्भुत रसायन प्यायला दिले. मी पाच-सहा वर्षांपूर्वी शेर्पा टी पहिल्यांदा प्यायला होता, *त्या वेळेपासून मी या चहाच्या प्रेमात पडलो आहे, असे म्हटले तरी हरकत नाही.* त्यात हा चहा आग्रह करून ३-४ कप पाजला जातो. तशी प्रथाच शेर्पा समाजात आहे. तुम्ही हा चहा एकदाच घेतला किंवा चहा घेण्यास नकार दिला, तर यजमान शेर्पा कुटुंब नाराज होते. त्यामुळे मन तृप्त होईपर्यंत हा चहा प्यावाच लागतो. या चहात दूध व पाण्यासोबत कमी प्रमाणात चहा पावडर, थोडेसे मीठ, त्यात चंपा व नाकच्या (स्त्रीलिंगी याकच्या) दुधाचे बटर/लोणी घातले जाते. या सर्व मिश्रणापासून अत्यंत चविष्ट चहा बनतो. हिमालयात गेल्यावर तर मी हाच

दोरची ग्याल्जेन यांचे छोटेखानी टी-हाउस

चहा पितो. या मिश्रणाचा उष्मांक अधिक असतो. अतिथंडीच्या ठिकाणी शरीरातील तापमानाचा समतोल राखण्यासाठी या पेयाचा उपयोग होतो. म्हणून सर्वच गिर्यारोहक 'शेर्पा टी' अगदी आनंदाने पितात. मलादेखील या 'शेर्पा टी'ने भुरळ घातली आहे.

याच मनास्लू मोहिमेच्या बेस कॅम्पच्या प्रवासात आणखी एक विलक्षण अनुभव आम्ही घेतला. मनास्लू हे शिखर *मुस्तांग-मनांग* या दुर्गम भागात आहे. हा भाग तिबेटला अगदी लागून आहे. ५०- ६०च्या दशकामध्ये तिबेटमध्ये झालेल्या उठावानंतर असंख्य तिबेटी लोक भारत-नेपाळमध्ये हिमालयाच्या खिंडीतून दाखल झाले. त्यांतील काही मुस्तांग-मनांग भागामध्ये वसले. त्यांची संस्कृती-खानपान, राहणीमान मूळ नेपाळी लोकांपेक्षा वेगळे आहे. त्यांच्या काही प्रथा तर खूपच वेगळ्या आहेत.

या प्रवासामध्ये आम्हाला असंख्य गिधाडे नजरेस पडली होती. या बेदरकार पक्ष्याकडे बघताच मनात धडकी भरते. हे पक्षी इतक्या दुर्गम भागामध्ये एवढ्या मोठ्या संख्येने का असावेत, हा प्रश्न आम्हाला सर्वांना पडला होता. यावर आमच्या सोबतीच्या दोरची शेर्पाने सांगितले की, या भागामध्ये जी लोकवस्ती व गावे आहेत, तेथे एक अनोखी प्रथा आहे. जर माणूस म्हातारपणाने अथवा आजाराने मृत्यू पावला, तर त्याला जाळून अंत्यविधी करतात. मात्र, एखादा धडधाकट व्यक्ती काही कारणाने वारला, तर त्याचे प्रेत स्वच्छ धुतले जाते, शरीराचे छोटे-छोटे तुकडे केले जातात व हे तुकडे स्मशानभूमीत, म्हणजे एका मोकळ्या जागी टाकले जातात. येथे सर्व गिधाडे मानवी शरीराचे तुकडे खाण्यासाठी जमतात. हा सर्व विधी संपूर्ण गाव एका ठिकाणी उभा राहून बघतो. हे सर्व ऐकून माझ्या अंगावर शहारा आला. क्षणभर भीतीदेखील वाटली. मात्र या प्रथेच्या मागील भावना समजल्यानंतर या स्थानिक लोकांविषयी आदर आणखी वाढला. धडधाकट व्यक्तीला जर पुरले अथवा जाळले, तर त्याच्या शरीराचा निसर्गाला थेट उपयोग कमी होतो; त्याऐवजी गिधाडासारख्या मांसावर जगणाऱ्या पक्ष्याला ते खायला घातले, तर त्याचा उपयोग गिधाडासारख्या नष्ट होत जाणाऱ्या प्रजातीला होईल, अशी प्रामाणिक भावना या प्रथेमागे होती. बुद्ध धर्मातून आलेल्या भूतदयेच्या शिक्षणाचा हा मूर्तिमंत परिपाठ होता.

याचेच उदाहरण म्हणजे भारतातील सिक्कीम राज्य व नेपाळ यांच्या सीमेवर वसलेले *कांचनजुंगा शिखर.* उंचीनुसार जगामध्ये या शिखराचा तिसरा क्रमांक लागतो. कांचनजुंगा हा पाच शिखरांचा समूह आहे. येथे कांचनजुंगा मातेचा अधिवास असून संकटसमयी हीच देवता आपल्या मदतीसाठी येईल, अशी समजूत शिखराच्या सिक्कीम प्रदेशाकडील पायथ्याशी राहणाऱ्या लेपचा समाजाची आहे. म्हणूनच या शिखरावर कोणीही जाऊ नये, तेथे पाय ठेवू नये, अशी स्थानिकांची मागणी व इच्छा असते, ज्याची पूर्तता सिक्कीम सरकारने केली आहे. त्यामुळे भारतात वसलेले असूनही भारतीय बाजूने कांचनजुंगा शिखराची चढाई करता येत नाही. कोणत्याही प्रकारचे गिर्यारोहण, ट्रेकिंग, चढाई भारतीय बाजूने पूर्णतः बंद आहे. स्थानिकांची भावना लक्षात घेता गिर्यारोहकदेखील एक नियम कटाक्षाने पाळतात. नेपाळ बाजूने चढाई केली, तरी शिखराच्या १-२ फूट खाली थांबतात, शिखरासमोर नतमस्तक होतात व खाली परततात. यातून शिखराप्रति, आपापल्या देवाप्रति असलेली श्रद्धा व स्थानिक लोकांची भावना यांचा आदर करणे, हा हेतू असतो.

भारतात, हिमालयात शिखरांना देव मानले आहे. त्याचा आदर करून त्या शिखरावर चढाई न करणे, हा गिर्यारोहणातील अलिखित नियम आहे; जो कोणत्याही देशातील गिर्यारोहक असोत, काहीही तक्रार न करता पाळतात. असे नियम असलेला सर्वांत प्रसिद्ध पर्वत म्हणजे कैलास पर्वत. तिबेट, नेपाळ व भारत या तिन्ही सीमा जवळ असलेला हा पर्वत म्हणजे साक्षात महादेवाचे अधिवास असलेले ठिकाण. कैलास पर्वत म्हणजे भगवान शंकरांचे घर. या पर्वतावर कोणताही गिर्यारोहक चढाई करत नाही,

---

कांचनजुंगा शिखर

किंबहुना या शिखरावर मोहीम आयोजित करण्याचा विचारही करत नाही. यामागे सर्वांत महत्त्वाचे कारण आहे, या पर्वताप्रति असलेली लाखो-करोडो लोकांची श्रद्धा. उंचीनुसार, दुर्गमतेनुसार, भौगोलिक परिस्थितीनुसार कैलास पर्वत हा गिर्यारोहणासाठी आव्हानात्मक वाटतो. खरे तर अनेक गिर्यारोहकांना संमोहित करेल असाच हा पर्वत आहे. मात्र गिर्यारोहण, शिखरचढाया जेव्हापासून बाळसे धरू लागल्या, रुजू लागल्या; तेव्हापासून अगदी नवोदित गिर्यारोहकांपासून ते दिग्गजांपर्यंत सगळ्यांनी लोकभावनेचा आदर करत पर्वतचढाईचा विचार केला नाही.

श्रद्धेशी, संस्कृतीशी, रीतीरिवाजांशी निगडित असलेल्या प्रथांसोबत आम्ही निसर्गाचा वेगळेपणा अधोरेखित करणाऱ्या सवयी ज्या हळूहळू प्रथांमध्ये बदल होताना अनुभवल्या, त्यांतील सर्वांत रंजक, तेवढीच अजब आणि काहीशी घृणा निर्माण करणारी सवय किंवा प्रथा आम्ही अनुभवली ती तिबेटमध्ये. २०१६मध्ये च्यो ओयू मोहिमेनिमित्त आम्ही जेव्हा तिबेटमध्ये होतो, तेव्हा तेथील निसर्गसौंदर्याने हरखून गेलो होतो. सोबतीला हिमालयाचे, हिमालयातील लोकांचे वेगळे रूप बघून काहीसे अचंबितदेखील झालो होतो. तिबेट म्हणजे जगाचे छप्पर, अशी या प्रदेशाची ओळख आहे. येथे उंचच उंच हिमाच्छादित शिखरे आहेत, आणि त्याच्या खालोखाल आहेत तपकिरी रंगाचे डोंगर. रूक्ष आणि स्तब्ध. येथे थंडी कडाक्याची असते, हवा प्रचंड कोरडी आणि सोबतीला उडणारी धूळ. त्यामुळे येथील लोक अक्षरशः किंवा शब्दशः नखशिखांत कपड्यांनी वावरत असतात. आमचा ड्रायव्हर, आमचा गाईड या सगळ्यांनी प्रवास करताना डोळ्यांवर गॉगल आणि हातात मोजे हे समीकरण सोडलेच नाही. नाक, कान व तोंड तर झाकलेलेच होते. कारण काय, तर कोरडी-थंड हवा आणि धूळ. या सगळ्या तिबेटी लोकांना एकसारखा असा वास होता; कुजकट असा वाटणारा. आमच्या सुरुवातीच्या प्रवासात आम्ही त्याकडे लक्ष दिले नाही. मात्र रस्त्यात जेव्हा टिंगरी नावाच्या गावी थांबलो, तेव्हा अनेक गोष्टींचा उलगडा झाला. स्थानिक टी-हाउसमध्ये मुक्काम करून सकाळी बेस कॅम्पकडे जाण्याचे आमचे नियोजन होते. एकदा बेस कॅम्पला गेले, की तेथे काही अंघोळीची सोय नसते. हवामानही तीव्र असते. त्यामुळे अंघोळ करावी, असे वाटतदेखील नाही. मात्र बेस कॅम्पच्या आधी जिथे मुक्काम असतो, तिथे आम्ही एकदा अंघोळ करूनच पुढे जाण्याचा प्रयत्न करतो.

२०१६पर्यंत आमच्या मोहिमा या नेपाळ नाही तर भारतीय हिमालयात होत होत्या. त्यामुळे या गोष्टींची सवय होती. तिबेटमध्ये येण्याची आमची पहिलीच वेळ होती. इथेही नेपाळसारखेच असेल, असे गृहीत धरूनच टी-हाउसमध्ये काम करणाऱ्या एकाला आम्ही अंघोळीच्या पाण्याची मागणी केली. क्षणभर त्याला काही कळेना. पिण्यासाठी गरम पाणी तर त्याने आधीच आम्हाला दिले होते. आम्ही पुन्हा का पाणी मागतो आहोत,

आणि हे बादलीमध्ये पाणी का मागत आहोत, हे त्याला उमजतच नव्हते. त्यात भाषेचा अडसर. शेवटी आमचा गाईड तिथे आला. त्याला आम्ही आमची मागणी सांगितली. तो अगदी हसलाच आणि त्या टी-हाउसच्या माणसासोबत बोलू लागला. त्यांचे चार वाक्यांचे संभाषण झाले असेल. आम्ही आशाळभूत नजरेने दोघांकडे बघत होतो. त्यांचे संभाषण संपले आणि दोघेही मनसोक्त हसले. आम्हाला अजूनही कळत नव्हते. शेवटी दोघेही सांगू लागले. त्या परिसरात अंघोळ करणे ही पद्धतच नाही. केली तरी वर्षातून एखाद्या वेळेस, तेदेखील वातावरण साथ देत असेल तर. आमचा गाईड सांगत होता, तिबेटचा संपूर्ण प्रदेश कोरडा आहे. येथे हिमाच्छादित शिखरे असतीलही, पण पाण्याचे स्रोत अगदीच बोटांवर मोजण्याइतके कमी आहेत. त्यात तेथील हवामान इतके थंड आणि कोरडे आहे, की अंघोळ करणे ही तेथील आवश्यक बाबींच्या यादीत येतच नाही. त्यात त्यांनी अंघोळ न करणे, हे त्यांच्या जीवनमानाशी संबंधित आहे. शरीराला येणारा घाम त्वचेवर एक-एक लेयर बनवतो, ज्यामुळे त्यांचे थंडीपासून रक्षण होते. आम्ही अवाक होऊन ऐकत होतो. आयुष्यभर अंघोळ न करणारे लोक आपल्या अगदी आजूबाजूला आहेत, यावर आमचा विश्वासच बसत नव्हता. थोडी घृणादेखील वाटली. मात्र अंघोळ न करणे हे तेथील राहणीमानाचा, ओघाने संस्कृतीचा भाग बनले होते व हे असेच चालू राहणार होते. आम्हाला त्याचा त्रास असा काही नाही झाला, मात्र बेस कॅम्पवर तिबेटी साहाय्यक तंबूत आला, की येणारा वास नकोनकोसा वाटत असे. अंघोळ न करणे ही आजच्या काळात प्रथा आहे की सवय, यावर मतांतरे असू शकतील; पण काही शतकांनी जेव्हा हे राहणीमान संस्कृती म्हणून पुढे येईल, तेव्हा नक्कीच याचा प्रथेत समावेश असेल.

अशा एक ना अनेक प्रथा, परंपरा, संस्कृती इत्यादी मी गेल्या तीसहून अधिक वर्षांत अनुभवल्या आहेत. यांत काही चांगले प्रसंग आहेत, काही वाईट घटना आहेत, काही विलक्षण माणसे आहेत, काही अचंबित करणाऱ्या घटना आहेत; गिर्यारोहणाचा, शिखरचढाईचा थरार, रोमांच तर आहेच. या सर्व गोष्टी मला हिमालयाने - गिर्यारोहणाने शिकवल्या. माझ्यासाठी गिर्यारोहण ही खऱ्या अर्थाने जीवनशैलीच आहे.

हिमालयाची शिकवण

गिरिप्रेमीने २०१६मध्ये जगातील सहावे उंच शिखर माउंट च्यो ओयू व जगातील सातवे उंच शिखर *माउंट धौलागिरी* अशी अष्टहजारी शिखरांवरील जोडमोहीम आयोजित केली होती. यातील च्यो ओयू शिखर तिबेटमध्ये आहे, तर धौलागिरी नेपाळमध्ये. नेपाळ हिमालयाशी माझा जुना ऋणानुबंध आहे, मात्र तिबेट अगदीच नवीन... त्यामुळे दोन्ही मोहिमांचा नेता असलो, तरी मी च्यो ओयूच्या संघासोबत तिबेटला गेलो. इकडे धौलागिरी मोहिमेसाठी एव्हरेस्टवीर आशिष माने, प्रसाद जोशी यांच्या साथीने तरुण व तगड्या गिर्यारोहकांची फौज धौलागिरी मोहिमेसाठी रवाना झाली. मी या सर्वांशीच फोनवरून संपर्कात होतो.

धौलागिरी मोहिमेतील प्रसाद हा वयाने सर्वांत मोठा व एव्हरेस्ट शिखरचढाईचा अनुभव गाठीशी असलेला गिर्यारोहक होता. मात्र काठमांडूत पोहोचल्यापासूनच प्रसादला पोटदुखीचा प्रचंड त्रास होण्यास सुरुवात झाली. शिखरचढाई सोडा, नीट चालतादेखील त्याला येत नव्हते. विविध औषधोपचारांच्या मदतीने शेवटी बेस कॅम्पपर्यंत ट्रेक करण्याइतकी शक्ती प्रसादला मिळाली होती. शिखरचढाई नाही तर नाही, कमीत कमी बेस कॅम्पवर थांबून मोहिमेची सूत्रे तो सांभाळू शकत होता. मी तिकडे तिबेटमधून प्रसादशी

बोलून धौलागिरी शिखरचढाईची दिशा स्पष्ट करू शकू, या उद्देशाने प्रसादला त्रास होत असतानादेखील संघासोबत बेस कॅम्पवर जाण्यास सांगितले.

८,१६७ मीटर उंच असलेले धौलागिरी शिखर हे चढाईसाठी तांत्रिकदृष्ट्या अतिशय कठीण आहे. शिखरचढाईच्या शेवटच्या टप्प्यात असणारी खडी चढण, तीव्र थंडी व जोराने वाहणारे वारे व प्राणवायूचे हवेतील अतिशय विरळ प्रमाण यांमुळे धौलागिरी चढाई खडतर मानली जाते. प्रत्येक सहा गिर्यारोहकांमागे एका गिर्यारोहकाचा इथे मृत्यू होतो, अशी नोंद आहे. एव्हरेस्टपेक्षाही हा मृत्युदर जास्त आहे. अशा शिखरावर चढाई करण्यासाठी गिर्यारोहक हा सर्वार्थाने तयार असणे गरजेचे असते. प्रसादने जमले तर शिखरचढाई करावीच, अशी माझी इच्छा होती. प्रसादलादेखील शिखर खुणावत होते. ''मामा, मी आता पूर्णपणे फिट आहे, काहीही त्रास नाही, मला शिखरचढाई करायची आहे.'' प्रसादने मला फोनवर सांगितले. काही दिवसांपूर्वी इतका त्रासात असणारा प्रसाद आता अगदी आत्मविश्वासाने चढाई करायची म्हणतो म्हटल्यावर माझ्या अडवण्याचा प्रश्नच नव्हता.

धौलागिरी शिखराची आव्हानेच वेगळी आहेत. येथील हवामान तर फारच लहरी. त्यामुळे पहिल्या शिखरचढाई प्रयत्नात संघाला यश आले नाही. शिखर अगदी दृष्टिक्षेपात आले असताना खाली परतावे लागले. पुन्हा एकदा प्रयत्न करू, या ध्येयाने ७,३०० मीटर उंचीवर असलेल्या कॅम्प-३वर संघ परत आला. पुढच्या दिवशी धौलागिरीच्या ओढीने पुन्हा संघातील दोघांनी शिखरचढाई सुरू केली, मात्र पुन्हा हवामानाने दगा दिल्याने कॅम्प-३वर परतावे लागले. आता ७ हजार मीटरहून अधिक उंच ठिकाणी दोन मुक्काम झाले होते. त्यात एव्हरेस्ट, *ल्होत्से, मकालू* अशा तीन अष्टहजारी शिखरांचा अनुभव असलेल्या आशिषला अतिउंचीचा त्रास झाल्याने मोहीम अध्यार्वर सोडून खाली जावे लागले. त्यात पवन हडोळे व अक्षय पत्के यांनी या आधीच तब्येतीच्या कारणामुळे बेस कॅम्प गाठले होते. कॅम्प-३वर, ७,३०० मीटर उंचीवर प्रसाद आता

एकटाच होता. संपूर्ण मोहिमेची धुरा त्याच्या खांद्यावर होती. त्यात हवामानदेखील तासागणिक खराब होत होते. बर्फवृष्टी इतकी होती की, तंबूतून बाहेरदेखील पडता येत नव्हते. सोबत असलेले अन्नपदार्थदेखील संपत आले होते. ऑक्सिजन सिलेंडर्सचे गणितदेखील बिघडत चालले होते. त्यातच एकाच जागेवर, एकाच तंबूत अधिक वेळ बसून राहिल्याने अतिउंचीवरील जिवावर बेतणारे आजार उद्भवू शकत होते. अजून काही काळ असेच थांबले, तर काहीही घडू शकत होते. त्यामुळे शिखरचढाईचा शेवटचा प्रयत्न करावा की खाली परत जावे, असे द्वंद्व प्रसादच्या मनात चालू होते. त्यात संपूर्ण मोहिमेदरम्यान बेस कॅम्पवर, चढाईच्या वेळी सोबत असलेल्या, कॅम्प-३वरदेखील शेजारच्याच तंबूत असलेल्या पश्चिम बंगालच्या राजीव भट्टाचार्य याचा अतिउंचीवर होणाऱ्या त्रासामुळे मृत्यू झाला. त्याने शेवटचा श्वास घेतला, तेव्हा प्रसाद तिथेच होता. असा डोळ्यांदेखत झालेला मृत्यू मनावर खोल परिणाम करतो.

प्रसंग बाका होता. मोहीम-नेता म्हणून अशा वेळी आपल्या गिर्यारोहकासोबत सतत संपर्क ठेवणे, हे माझे कामच होते. मात्र प्रत्येक कॉलमध्ये प्रसादचा आवाज आश्वासक होता. बिकट परिस्थितीमध्येदेखील तो ठाम होता. त्याला शिखरचढाईचे जणू वेधच लागले होते. तरीही भावनेच्या भरात कोणताही निर्णय मला प्रसादला घेऊ द्यायचा नव्हता. मी त्याला स्पष्ट सांगितले, ''तुझी शिखरचढाईची इच्छा मला कळू शकते. तू सर्व विचार करूनच चढाईचा निर्णय घेतला असशील, मात्र हवामान तेवढे साथ देत नाहीये, त्यात तू सलग तीन दिवस अतिउंचीवर आहेस. त्यामुळे शिखरचढाई करत असताना कोणत्याही क्षणी तुला चढाई करण्याविषयी दुसरे विचार आले, धोका वाटला; तर असशील तिथून

मोहीम फत्ते करणारा गिर्यारोहक प्रसाद जोशी

परत ये. मला प्रॉमिस कर.'' माझी कळकळ प्रसादने ओळखली. ''मामा, मला पूर्ण खात्री आहे की, मी शिखरचढाई यशस्वी करेन. तरीही तुम्ही सांगितल्याप्रमाणे मला कुठेही धोका जाणवला, तर नक्की खाली परत येईन. मोहिमेला कोणतेही गालबोट लागू देणार नाही.'' प्रसादने अत्यंत आत्मविश्वासाने मला त्याच्या भावना सांगितल्या. तेव्हाच मला जाणवले की प्रसाद यशस्वी होणार. अपेक्षेप्रमाणे तो १९ मे २०१६ रोजी माउंट धौलागिरी या जगातील सातव्या उंच शिखरावर पोहोचला व धौलागिरी शिखरमाथ्यावर चढाई करणारा पहिला 'कॉस्ट अकाउंटंट'च नव्हे, तर पहिला भारतीय नागरिक ठरला.

प्रसादच्या या 'धवल' यशाने एक शिकवण अधोरेखित केली.

तुम्ही जर मानसिकदृष्ट्या कणखर असाल, तुमच्या क्षमतांवर तुमचा विश्वास असेल, तर असाध्य गोष्ट साध्य करता येते. ही शिकवण कोणत्याही वर्गात बसून, व्यवस्थापनाच्या अभ्यासक्रमातून नव्हे, तर हिमालयातील माझ्या अनुभवांतून आली. या अनुभवांनीच माझे जीवन समृद्ध केले.

तुम्ही जेव्हा हिमालयात असता, तेव्हा कळत-नकळत त्याचे संस्कार तुमच्यावर घडत असतात. गिर्यारोहण करताना अशाच संस्कारांची प्रचिती मला कायम येत असते.

■ ■ ■

हिमालयातील 'कठीण' दिवस

माझी २०१०पासून खूपच दगदग चालू होती. 'प्री-एव्हरेस्ट एक्सपिडिशन', 'एव्हरेस्ट बेस कॅम्प', २०१२मधील एव्हरेस्ट मोहीम व नंतरच्या 'ल्होत्से', 'मकालू' मोहिमांनंतर २०१५मध्ये थोडा विश्राम घ्यावा, असा विचार मी केला होता. त्यानुसार संपूर्ण मे महिना कुटुंबासमवेत कुठेतरी निसर्गाच्या सान्निध्यात घालवावा, असे मी ठरवले होते. अर्थातच अनेक वर्षे मला साद घालणारा हिमालय व त्याला आपल्या पाल्याप्रमाणे जपणारा नेपाळ, याहून चांगले ठिकाण माझ्या मनात आलेच नाही. मस्तपैकी 'लांगटांग'चा ट्रेक करून ताजातवाना होण्याकरिता, माझी बायको अंजू व मुलगा यश यांच्यासमवेत मी २४ एप्रिल २०१५ला नेपाळमध्ये दाखल झालो.

२५ एप्रिलचा सूर्य नेहमीप्रमाणेच उजाडला, पण तो नेहमीप्रमाणे मावळणार नाही, याची तसूभरही कल्पना आम्हा कोणाच्याही ध्यानीमनी नव्हती. सकाळी पशुपतिनाथाचे दर्शन घेऊन काठमांडूमधील *बौद्धा* या भागामध्ये आम्ही माझा जवळचा मित्र पसांग शेर्पा यांच्या घरी गेलो. पुण्याहून नेलेली मिठाई त्याला देऊन, पसांगच्या कुटुंबाशी मनमोकळ्या गप्पागोष्टी केल्या. पसांगच्या घरून आम्ही थेट विमानतळावर जाणार होतो. नेपाळमधील एका ट्रेकसाठी पुण्याहून आशिष माने वीस शालेय विद्यार्थ्यांना

घेऊन येणार होता. या ग्रूपला रिसिव्ह करण्यासाठी आम्ही विमानतळावर जाणार होतो.

पसांगच्या घरून टॅक्सीत बसून विमानतळाकडे जात असताना अचानक खूप मोठा आवाज झाला. गाडीचे टायर फुटले असे वाटले, म्हणून मी ड्रायव्हरवर चक्क ओरडलोच. टायर तर फुटले नव्हते, मात्र आमची गाडी खवळलेल्या समुद्रात एखादे जहाज कसे हेलकावे खाते, अगदी तशीच हेलकावे खात होती. गाडीच्या बाहेर नजर टाकली, तर लोक जिवाच्या आकांताने अक्षरशः सैरावैरा पळत होते. समोरच्या इमारती कधीही कोसळू शकतील, इतक्या हलत होत्या. नेमके काय होत आहे, हे कळतच नव्हते. आम्ही मोठ्या मुश्कीलीने गाडीबाहेर पडलो. सुदैवाने जवळच एक मैदान होते. तिथे प्रचंड गर्दी जमत होती. आम्हीदेखील कसेबसे त्या मैदानावर पोहोचलो. क्षणभर थांबल्यावर असे जाणवले की, काठमांडूत प्रचंड मोठा भूकंप झाला आहे. जमिनीचा कंप अजूनही जाणवतच होता. अक्षरशः जमीन हादरवणारा असा भूकंप आम्ही कोणीही, कधीही अनुभवलाच नव्हता. अतिशय भयभीत करणारे ते क्षण होते.

आम्ही सुदैवाने मोकळ्या मैदानावर होतो. इथे इमारत कोसळण्याचा धोका नव्हता, मात्र आसपासची परिस्थिती ही धडकी भरवणारी आणि मन हेलावून टाकणारी होती. लहान मुले, स्त्रिया, अनेक प्रौढ माणसे भीतीने गलितगात्र होऊन किंचाळत होती. आहे त्या कपड्यांनिशी, आहे त्या परिस्थितीत लोकांनी मैदान गाठले होते. जीव वाचला यातच काय ते समाधान होते.

प्रसंग बाका होता. आपण काही वेळापूर्वी ७.५ ते ८ रिश्टर स्केलच्या महाकाय भूकंपातून वाचलो आहोत, यावर विश्वास बसत नव्हता. या गदारोळातच २० शालेय

विद्यार्थ्यांना घेऊन आशिष काठमांडूत उतरला असेल, हे लक्षात आले. हे सर्व जण नेमक्या कोणत्या अडचणीत असतील, याची कल्पनादेखील करवत नव्हती. काहीही करून या मुला-मुलींना भेटले पाहिजे, हाच विचार माझ्या मनात आला. आमच्याजवळ विमानतळावर जाण्याचे कोणतेही साधन नव्हते. वीज नव्हती, फोन बंद पडले होते. कोणाशीही संपर्क होत नव्हता. त्यामुळे ३-४ किलोमीटर लांब असलेल्या विमानतळावर मी, यश आणि अंजू अक्षरशः धावत-पळत निघालो.

दरम्यान विमानतळावर सर्वत्र गोंधळ माजला होता. अनेकांना नेमके काय झाले आहे, हेदेखील समजत नव्हते. प्रत्येकाला काहीही करून नेपाळ सोडायचे होते. सर्वत्र प्रचंड गर्दी होती. यांतून आशिष आणि मुलांना शोधणे हे मोठे आव्हानच होते. गर्दीतून मार्ग काढत कसेबसे मुलांना व आशिषला आम्ही शोधून काढले. मुलांचा जीव कावराबावरा झाला होता. काय झाले आहे तेच त्यांना कळत नव्हते. सर्वांना घेऊन आम्ही पुन्हा मोकळ्या मैदानावर दाखल झालो. मुलांचे सामान विमानतळावरच अडकले होते. अंगावरच्या कपड्यांवर, आहे त्या अवस्थेत पुढचे काही दिवस आम्हा सर्वांना काढावे लागणार होते. दरम्यान भूकंपाचे छोटे-मोठे धक्के जाणवतच होते.

विमानतळावरील परिस्थिती बघता हवाईमार्गे भारतात जाण्याचा पर्याय बंद झाला होता. रस्त्याच्या मार्गाने जायचे असेल, तर सगळी जुळवाजुळव करायला वेळ लागणार होता. काठमांडूत मुक्कामाची सोय करावी लागणार होती. इकडे मात्र, शहरातील घरे, दुकाने, हॉटेल्स ओस पडली होती. छताखाली जाण्याची कोणाचीही हिंमत होत नव्हती. यातच तुफान पाऊस सुरू झाल्याने सगळ्यांच्याच अडचणीत आणखी भर पडली. आम्हा सर्वांच्या मुक्कामासाठी मी ‘पीक प्रमोशन’ या नेपाळमधील आमच्या एजन्सीचे प्रमुख केशव पौडियाल यांना तंबूसाठी विचारणा केली. त्यांच्याकडे काम करणाऱ्या माणसाने मोठ्या हिंमतीने इमारतीत जाऊन आमच्यासाठी तंबूची सोय केली. अतिउंचीवर, हिमाच्छादित प्रदेशात वापरण्यात येणारे तंबू आम्ही मैदानावर उभे करून त्यातच दोन रात्री काढल्या. या दरम्यान आम्हा सर्वांचेच खाण्यापिण्याचे हाल होत होते. मिळेल ते बिस्कीट आणि पाणी पिऊन दिवस काढावे लागत होते. शाळकरी मुलामुलींना याची सवय नव्हती, मात्र सर्वांनीच कसलीही तक्रार न करता, अगदी समंजसपणे प्राप्त परिस्थितीला तोंड दिले.

रस्त्यावाटे भारतीय सीमा गाठण्यासाठी गाड्यांची कशीबशी जुळवाजुळव करून आम्ही काठमांडूतून सोनौली सीमेच्या दिशेने निघालो. रस्त्यावर प्रचंड गर्दी होती. सर्व जण मिळेल त्या वाहनाने प्रवास करीत होती. त्यामुळे ८ ते १० तासांच्या प्रवासाला आम्हाला तब्बल २२ तास लागले. शेवटी आम्ही गोरखपूरला पोहोचलो. गोरखपूरहून लखनौ व लखनौहून विमानाने २८ एप्रिलला पुण्यात पोहोचलो. सर्व मुलामुलींना त्यांच्या पालकांच्या स्वाधीन केले आणि सुटकेचा निःश्वास टाकला.

या परतीच्या संपूर्ण प्रवासादरम्यान माझे मन मात्र नेपाळला सोडवत नव्हते. हिमालयाच्या अनेक मोहिमा करताना आमचे एक वेगळे नाते या देशाशी जोडले गेले आहे.

आमचे अनेक डोंगरमित्र इथे राहतात. अशा ठिकाणी एवढ्या मोठ्या प्रमाणावर नैसर्गिक संकट आल्यानंतर आपण आपल्या परीने काहीतरी करावे, हा विचार मनात सतत घोळत होता.

म्हणूनच मी संपूर्ण प्रवासादरम्यान आमच्या पुण्यातील 'गिरिप्रेमीं'च्या सहकाऱ्यांशी संपर्कात होतो. भूषण हर्षे, रुपेश खोपडे व इतर दहा जणांचा गट मी पुण्यात दाखल होण्याआधीच कामाला लागला होता.

मी २८ एप्रिलला पुण्यात दाखल झालो आणि दुसऱ्याच दिवशी म्हणजे २९ एप्रिल रोजी आम्ही नेपाळच्या दिशेने रवाना झालो. ३० एप्रिल २०१५ला सकाळी आमचा दहा जणांचा गट तंबू, 'वॉकी टॉकी', 'जीपीएस' व मेडिकल किट घेऊन काठमांडूमध्ये दाखल झाला. या गटातील सर्वच जण कसलेले गिर्यारोहक होते. त्याचबरोबर त्यांनी आपत्ती व्यवस्थापनाचे रीतसर प्रशिक्षणही घेतलेले होते. 'रेडक्रॉस' या जागतिक आरोग्य संघटनेकडून प्रथमोपचाराचे प्रशिक्षणदेखील घेतले होते. याआधी याच गटाने २०१३मध्ये उत्तराखंड महाप्रलयात आपत्ती व्यवस्थापनाचे काम केले होते.

नेपाळमधील भूकंपग्रस्त भागात मदतकार्य करताना

नेपाळमध्ये परत जाताना काही उद्दिष्टे डोळ्यांसमोर ठेवली होती. नेपाळमधील लोकांना या महाभयंकर आपत्तीतून सावरण्यासाठी धीर देणे, आरोग्य शिबिरे-दवाखान्यांना भेटी देऊन काही रक्ताची आवश्यकता असल्यास त्याची पूर्तता करणे, अजूनही या ठिकाणी अडकलेल्या भारतीयांची सुटका करणे आणि नेपाळच्या ज्या दुर्गम भागामध्ये या भूकंपाचा परिणाम अधिक झाला आहे, तेथे मदत पोहोचविणे. कारण या भागामध्ये जाण्यासाठी ट्रेकिंग करत जावे लागते, त्यासाठी आमच्या या गटाचा उपयोग जास्त होणार होता. याचबरोबर पुण्यातील एक गट आमच्या मदतीसाठी सज्ज होता. यामध्ये निरंजन पळसुले, गणेश मोरे आदी लोक आमच्या कामात अधिक सुसूत्रता आणण्यासाठी पुण्यातील बाजू सांभाळत होते.

काठमांडूमध्ये दाखल झाल्यानंतर आम्ही काही भागांची पाहणी केली. यामध्ये 'धाधिंग' या अतिदुर्गम व डोंगराळ भागामध्ये काम करण्याची गरज असल्याचे जाणवले. त्याचबरोबर नेपाळमधील लोकांना सध्या अत्यावश्यक असणारी गोष्ट म्हणजे निवारा. त्यासाठी आम्ही 'टोर्पेलीन'चे तंबू उभारण्यास सुरुवात केली. दुर्गम भागातील लोकांना तात्पुरती राहण्यासाठी व्यवस्था करून दिली. सोबतीला अन्नधान्य आणि खाद्यपदार्थदेखील घेतले. गिरिप्रेमीचा दिनेश कोतकर काही शे किलो सामानाचा ट्रक घेऊन लखनौहून नेपाळमध्ये दाखल झाला होता. आपल्या नेपाळी बांधवांचे आयुष्य पुन्हा एकदा उभारण्यासाठी आम्ही झटलो.

नेपाळ ही आम्हा गिर्यारोहकांसाठी कर्मभूमी. येथे आलेल्या नैसर्गिक आपत्तीला तोंड देण्यासाठी आम्ही जमेल त्या प्रमाणात अविरत मदतकार्य त्या दिवसांत केले. आमच्यासारखे अनेक जण कृतज्ञ भावनेने काम करताना आम्हाला भेटले. भूकंपानंतर काही काळाने नेपाळ यातून हळूहळू सावरला; मात्र ते काही आठवडे अतिशय कठीण आणि आव्हानात्मक होते. माझ्या हिमालयातील काही कठीण दिवसांपैकीच काही दिवस... ज्यांची आठवण येताच आजही अंगावर शहारे उभे राहतात.

■ ■ ■

गोष्टी गिर्यारोहणाच्या

अष्टहजारी अष्टाध्यायातील अनुभव

गिर्यारोहणातील परमोच्च आव्हानांपैकी एक म्हणजे माउंट एव्हरेस्ट, जगातील सर्वांत उंच शिखर. माउंट एव्हरेस्ट चढाईचे स्वप्न न पाहणारा गिर्यारोहक विरळाच. आम्ही गिरिप्रेमींनी पाहिलेले एव्हरेस्टचे स्वप्न २०१२ या वर्षी सत्यात उतरविण्यात यश आले. आम्ही जेव्हा एव्हरेस्ट चढाई यशस्वी केली, तेव्हा आम्हाला सर्वांनी एकच प्रश्न विचारला, ''एव्हरेस्ट झाले, आता पुढे काय?''

एव्हरेस्ट हे जगातील सर्वोच्च शिखर आहे व या शिखरावर यशस्वी चढाई करणे आव्हानात्मक आहे, हे मान्य. मात्र एव्हरेस्टएवढीच, किंबहुना त्याहून अधिक आव्हानात्मक शिखरे हिमालयात वसलेली आहेत. यात अष्टहजारी शिखरांचा प्रामुख्याने समावेश होतो. *अष्टहजारी शिखरे* म्हणजे ज्या शिखरांची उंची ही आठ हजार मीटरपेक्षा अधिक आहे. जगात अशी चौदा शिखरे आहेत. ही सर्व शिखरे हिमालयातच वसलेली आहेत. या अष्टहजारी शिखरांचा बॉल्गेमच वेगळा असतो. आठ हजार मीटर उंची म्हणजे डेथ झोनची सुरुवात. इतक्या उंचीवर असते ती हाडे गोठवणारी थंडी, उणे ३० ते ४० अंश तापमान, ६० किलोमीटर प्रतितासहून अधिक वेगाने वाहणारा वारा आणि हवेतील प्राणवायूचे प्रमाण केवळ १ ते २ टक्के. इतक्या आव्हानात्मक परिस्थितीशी

तोंड देत चढाई करणे म्हणजे खरे तर अशक्यप्रायच. तरीही जगातील काही अवलियांनी हे आव्हान स्वीकारले व सर्व चौदा अष्टहजारी शिखरांवर चढाई केली. अशी कामगिरी करणाऱ्या जगात केवळ ५० व्यक्ती आहेत. यांत एकही व्यक्ती भारतीय नाही. त्यामुळे जेव्हा 'एव्हरेस्टनंतर काय' असा प्रश्न विचारला गेला, तेव्हा आपसूकच उत्तर होते, 'इतर अष्टहजारी शिखरे.'

२०१२च्या एव्हरेस्ट चढाईनंतर आजपर्यंत गिरिप्रेमीच्या शिलेदारांनी माउंट ल्होत्से (जगातील चौथे उंच शिखर), माउंट मकालू (जगातील पाचवे उंच शिखर), माउंट च्यो ओयू (जगातील सहावे उंच शिखर), माउंट धौलागिरी (जगातील सातवे उंच शिखर), माउंट मनास्लू (जगातील आठवे उंच शिखर), माउंट कांचनजुंगा (जगातील तिसरे उंच शिखर) व माउंट अन्नपूर्णा (जगातील दहावे उंच शिखर) अशा चौदापैकी आठ शिखरांवर यशस्वी चढाई करून भारताचा तिरंगा फडकविला. या आठही मोहिमांचे नेतृत्व मला करण्यास मिळाले, याचा मला आनंद आहे. या आठही मोहिमांदरम्यान व्यतीत केलेल्या 'हिमालयातील दिवसां'नी मला प्रगल्भ बनवले.

याच अष्टहजारी शिखर मोहिमांच्या प्रवासात जगातील सहावे उंच शिखर माउंट च्यो ओयू या शिखरावरील मोहिमेत आलेले अनुभव हे आम्हा सर्वांसाठीच नवीन होते. च्यो ओयू हे शिखर चीनच्या आधिपत्याखाली असलेल्या तिबेटमध्ये वसलेले आहे.

या शिखरावर चढाई करण्यासाठी आम्हाला चीन सरकारकडून लवकर परवानगी मिळाली नाही. अगदी शेवटच्या क्षणी व्हिसा मंजूर झाला. संपूर्ण तिबेटच्या प्रवासात एक वेगळाच रूक्षपणा

रेन्होल्ड मेस्नर यांच्यासमवेत

जाणवला. तोच हिमालय, तीच माणसं, तरीदेखील थोडासा दुरावा वाटला. नेहमीचा आपलेपणा यात नव्हता. सतत कोणीतरी पाळत ठेवत आहे, असे सतत वाटायचे. मोहीम संपल्यावर आम्हाला भारताचे वेध लागले होते.

याउलट अनुभव आम्हाला कांचनजुंगा मोहिमेच्या वेळी आले. भारत-नेपाळच्या सीमेवर वसलेल्या कांचनजुंगा शिखरावर गिरिप्रेमीच्या दहा गिर्यारोहकांनी २०१९मध्ये यशस्वी चढाई केली. कांचनजुंगा शिखरावर यशस्वी होणारी ही सर्वांत मोठी मोहीम होती. या संपूर्ण आंतरराष्ट्रीय मोहिमेचे अघोषित नेतृत्व गिरिप्रेमी करत होती. जेव्हा मोहीम संपली, तेव्हा बेस कॅम्प सोडवत नव्हता. त्या पर्वताशी, तेथील निसर्गाशी एक अनामिक नाते जडले होते. पण गिर्यारोहणात भावनिकतेला वस्तुनिष्ठतेपुढे ठेवून चालत नाही. मोहीम संपली, की पर्वताचा निरोप हा घ्यावाच लागतो; डोळ्यांत कितीही अश्रू आले तरी.

अष्टहजारी मोहिमा यशस्वी होताना आम्ही सर्वांनीच वेगवेगळे चित्रविचित्र अनुभव घेतले. २०१३ला जेव्हा आशिष माने जगातील चौथे उंच शिखर असलेल्या माउंट ल्होत्से शिखरमाथ्यापासून काही मीटर अंतरावर होता, तेव्हा त्याच्यासमोर अवघड प्रश्न उभा राहिला. शिखरमाथ्याच्या काही मीटर खाली एक अरुंद घळ आहे. या घळीतून वाट काढतच मार्गस्थ व्हावे लागते. या घळीच्या एका टोकाला एका गिर्यारोहकाचा मृतदेह दोराला लटकलेला होता. आधीच्या वर्षी खराब हवामानामुळे या गिर्यारोहकाचा मृत्यू झाला होता. घळ ओलांडून वर जायचे असेल तर या मृतदेहाला ओलांडून, त्याचा आधार घेऊनच चढाई करावी लागणार होती. आशिषचे मन धजावत नव्हते. काही क्षण तो तिथेच थांबला. शेवटी मात्र मृतदेहाच्या पाया पडून, मनात माफी मागून त्याचाच आधार घेत तो वर चढला.

असाच काहीसा प्रसंग २०१६मध्ये प्रसाद जोशीनेदेखील अनुभवला. जगातील सातवे उंच शिखर असलेल्या माउंट धौलागिरीवर चढाई करण्यासाठी प्रसादला खूप झुंजावे लागले. प्रचंड हिमवृष्टीमुळे चढाईमार्ग धूसर झाला होता. नेमका शिखरमाथा कधी येतोय याचा अंदाज येत नव्हता. प्रसादच्या मनात मात्र शिखरमाथा आला आहे, हे ओळखण्याची खूण

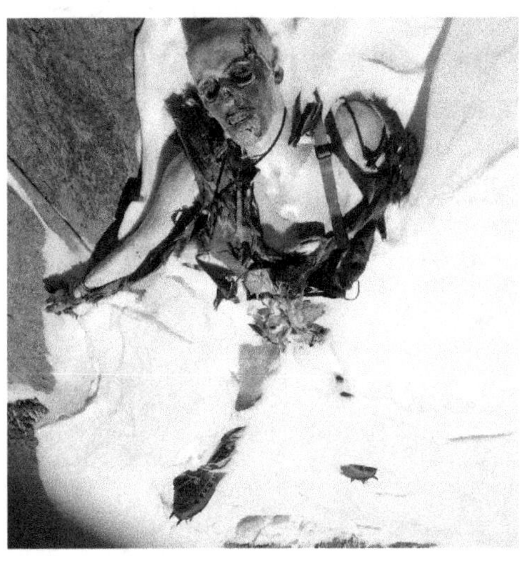

पक्की होती. ती खूण म्हणजे, एका इराणी गिर्यारोहकाचा मृतदेह. २००९मध्ये एका इराणी गिर्यारोहकाचा माउंट धौलागिरी शिखरमाथ्यावर मृत्यू झाला. तेव्हापासून त्याचा मृतदेह तिथेच आहे. आजूबाजूला सर्व हिम असल्याने मृतदेहाचे फारसे विघटन झालेले नाही. इतक्या उंचीवरून मृतदेह खाली आणणेदेखील कठीण आहे. म्हणून २००९पासून हा मृतदेह तसाच आहे. गेल्या काही वर्षांत हा मृतदेह दिसला म्हणजे शिखरमाथा आला, असा संकेत तयार झाला आहे. प्रसादला जेव्हा पहिल्यांदा हा मृतदेह दिसला, तेव्हा हायसे वाटले; कारण त्याने शिखर गाठले होते. मृतदेह बघून हायसे वाटणे, हा किती विचित्र संयोग आहे. तरीही गिर्यारोहकांना आपल्या भावनांना आवर घालून पुढे जावे लागते.

असे एक ना अनेक, गोड व कटू प्रसंग आम्ही या अष्टहजारी शिखर मोहिमांदरम्यान अनुभवले. शिखरचढाईचा आनंद असतो, मोहिमेच्या यशस्वीतेचा आनंद असतोच; मात्र सोबतीला आयुष्य प्रगल्भ बनविणारे अनुभवदेखील बरेच काही शिकवून जातात.

■ ■ ■

मकालूची गोष्ट

वर्ष २०१४. गिरिप्रेमीची माउंट मकालू या शिखरावर आयोजित सलग तिसरी अष्टहजारी शिखर मोहीम मध्यात होती. २०१२मध्ये जगातील सर्वोच्च शिखर असलेल्या माउंट एव्हरेस्टवर भारतातील सर्वांत मोठी नागरी मोहीम यशस्वी झाली होती. २०१३मध्ये जगातील चौथे उंच शिखर माउंट ल्होत्से व सोबतीला माउंट एव्हरेस्ट अशी दुहेरी यशस्वी करण्यात गिरिप्रेमीला यश आले होते. आता वेळ होती हॅट्रिकची. या तिन्ही मोहिमांचे नेतृत्व माझ्याकडेच होते.

माउंट मकालू हे जगातील पाचवे उंच शिखर. मकालू हे मुळात 'आव्हानांचे शिखर' म्हणून ओळखले जाते. येथील चढाई ही अत्यंत आव्हानात्मक गणली जाते. एक तर मकालू हे अत्यंत दुर्गम भागात वसलेले आहे. येथील बेस कॅम्पवर चढाई करून जाणे हीच एक मोहीम होऊ शकेल, इतकी खडतर येथील चढाई आहे. या सर्व आव्हानांना पेलत गिरिप्रेमीचा आशिष माने आणि आनंद माळी हे शिखराकडे कूच करत होते. बेस कॅम्पपासूनच दोघांना व त्यांच्यासोबत असलेल्या शेर्पांना बेभरवशी हवामानाने चांगलेच झुंजवले होते. तरीही चित्त विचलित होऊ न देता दोघेही शिखरचढाईच्या ध्यासाने पुढे जात होते. मात्र, शिखरमाथा टप्प्यात आला असतानाच संघासोबत असलेले दोर संपले.

विना दोरखंड लावता चढाई करणे म्हणजे मृत्यूला आमंत्रणच. त्यात श्वासागणिक हवामान बदलत होते. सोसाट्याचा वारा, सोबतीला सतत सुरू असलेला हिमवर्षाव व रात्रीच्या अंधारात नेमके शिखर किती दूर आहे याचा अंदाज येत नसल्याने संपूर्ण संघाने शिखरचढाई थांबवून उतराई करण्यास सुरुवात केली.

त्या वेळी मी नेमका बेस कॅम्पला नव्हतो. दुर्गमतेमुळे काहीही संपर्क होत नव्हता. संघांनी आपल्या सुरक्षिततेचा विचार करून उतराईला सुरुवात केली. मात्र, एकेक कॅम्प खाली येताना संपूर्ण गाशा गुंडाळूनच संघ खाली येत होता. कॅम्प-१वर आल्यावर माझा संघाशी संपर्क झाला, तेव्हा मी त्यांनी तोंड दिलेल्या परिस्थितीचा विचार करून त्यांच्या खाली परत येण्याच्या निर्णयावर समाधानी होतो. हवामान निवळले की पुन्हा एकदा प्रयत्न करू, असा माझा कयास होता. मात्र 'आम्ही सगळे कॅम्प्स वाइंड अप करून खाली आलो आहोत', असे आशिष व आनंदने मला सांगितले. मी उडालोच! मोहीम संपली, अशा आविर्भावातच या दोघांनीही उतराई करण्यास सुरुवात केली होती. दोघांनीही पुन्हा एकदा शिखरचढाईचा प्रयत्न करावा असे मला वाटत होते. कधी नव्हे ते आमचे फोनवरच कडाक्याचे वाद झाले. मला दोघांच्याही क्षमतेवर पूर्ण विश्वास होता. त्यांच्यात अजून एकदा शिखरचढाईचा प्रयत्न करण्याची शारीरिक क्षमता आहे, हे त्यांच्या बोलण्यातूनदेखील मी ओळखू शकत होतो.

दरम्यान आशिषची गाठ पडली, ती शिखरचढाई यशस्वी करून आलेल्या संघाशी. त्यांचे फोटो पाहताना त्याच्या लक्षात आले की, अवघ्या काही मीटरवरून

मकालूच्या वाटेवर

आपले शिखर हुकले. माझे टोचून बोलणे व शिखरचढाई काही मीटरवरून हुकल्याचे शल्य त्याला बोचत होते. दोन्ही मात्रा लागू पडल्या व आशिष पुन्हा एकदा शिखरचढाईसाठी तयार झाला.

मात्र इकडे वेगळे प्रश्न 'आ' वासून माझ्या समोर उभे होते. आशिष- आनंद जरी तयार असले, तरी शेर्पा मात्र तयार नव्हते. काही आठवड्यांपूर्वी एव्हरेस्ट चढाई मार्गावर असलेल्या खुम्बू आइसफॉल परिसरात झालेल्या अपघातात सोळा शेर्पांचा अपघात झाला होता, अनेक शेर्पा जखमी झाले होते. त्यामुळे 'पैसे नको, मोहीम नको, काहीही नको. आम्हाला

मकालू शिखरावर आशिष माने

सुरक्षित घरी जाऊ द्या', अशीच शेर्पांची भावना होती. शेर्पांच्या घरचे लोक त्यांची वाट पाहत होते. मी शेर्पांची भावना समजू शकत होतो; मात्र त्यांचीदेखील मानसिक व शारीरिक तंदुरुस्ती दांडगी होती. ते ही शिखर मोहीम यशस्वी करतील, असा मला ठाम विश्वास होता. शेर्पांचा प्रश्न मार्गी लावण्यासाठी मी बेस कॅम्पवरून थेट काठमांडू गाठले. दिवसागणिक केवळ एक छोटेखानी विमान बेस कॅम्पजवळच्या गावातून काठमांडूला जात असे. तेदेखील संपूर्ण भरलेले होते. त्यांतील एकाला अक्षरशः विनवणी करून खाली उतरवले व त्याच्या जागी मी काठमांडूला गेलो. तिथे आमच्या शेर्पा एजन्सीचा प्रमुख वांगचू शेर्पा कर्करोगाचे उपचार घेण्यासाठी रुग्णालयात केमोथेरेपी घेत होता. त्याला मी तडक भेटण्यास गेलो व माझी अडचण सांगितली. वांगचूने रुग्णालयातून सूत्रे फिरवली. तो शेर्पांशी फोनवर बोलला आणि काय जादू केली माहीत नाही; अवघ्या काही मिनिटांत शेर्पा मोहिमेसाठी पुन्हा राजी झाले. एक अडथळा दूर झाला. आता प्रश्न होता, मोहिमेसाठी आवश्यक सामानाचा!

मोहिमेतील शिधासामग्री, ऑक्सिजन सिलेंडर पुरेसे उपलब्ध नव्हते. हातात वेळ कमी होता. येथेदेखील वांगचू मदतीस धावून आला. त्याने सर्व आवश्यक सामान बेस कॅम्पवर काही तासांत हेलिकॉप्टरने पोहोचवण्याची व्यवस्था केली. मात्र पुन्हा प्रश्न उभा राहिला तो खर्चाचा. नव्याने मोहीम उभी करण्यास वाढीव १० लाख खर्च होणार होता. मी पुण्यातील आमच्या सर्व प्रायोजकांशी बोललो. एका फोनवर त्यांनी सर्वतोपरी मदत करण्याचे आश्वासन दिले. फक्त अट घातली, ती सुरक्षित मोहीम पूर्ण करण्याची.

टीम मकालू

इकडे आशिष व आनंद पुन्हा एकदा चढाई करण्यासाठी सज्ज होते. हवामानाचे, खडतर चढाईचे आव्हान होतेच; मात्र या वेळी शिखरचढाईची जिद्द अधिक होती. तरीदेखील आनंदला मोहीम अर्धवट सोडावी लागली. सुरक्षिततेला प्राधान्य देत तो खाली आला. आशिषने मात्र अपेक्षेप्रमाणे कामगिरी करत २५ मे २०१४ रोजी माउंट मकालूवर भारतीय तिरंगा फडकविला व अशी कामगिरी करणारा तो पहिला भारतीय ठरला.

ही मोहीम नेता म्हणून माझ्यासाठी शिकवण देणारी ठरली.

सर्व बाजूंनी संकटे आल्यावर, आपल्या योजनेच्या विपरीत गोष्टी घडल्यावरदेखील आलेल्या परिस्थितीचा नम्रपणे स्वीकार करून समस्यांचा तोडगा कसा काढायचा, हे मी शिकलो. या मोहिमेने, हिमालयाने मला आहे ती परिस्थिती 'स्वीकारून' त्यातून मार्ग काढण्याचे बळ दिले.

तुम्ही कितीही बिकट परिस्थितीत असा, निश्चय केला की मार्ग निघतोच... फक्त आहे ते स्वीकारण्याचे बळ हवे...

■ ■ ■

माउंट मंदाचे स्वप्न

माउंट मंदा, गढवाल हिमालयातील तीन शिखरांचा समूह. अतिशय मनमोहक, मात्र चढाईसाठी तेवढाच कठीण. या शिखर समूहापैकी माउंट मंदा-१ हे शिखर सर्वांत उंच आहे. ६,५१० मीटर उंच असलेल्या या शिखरावर फार क्वचितच गिर्यारोहण मोहिमा आयोजित केल्या जातात. या शिखरावरील चढाई म्हणजे महाकठीण. अगदी बोटांवर मोजण्याइतक्याच मोहिमा येथे यशस्वी झाल्या आहेत. यात भर पडली ती गिरिप्रेमीच्या नुकत्याच यशस्वी झालेल्या मोहिमेची. सप्टेंबर २०२१मध्ये गिरिप्रेमीच्या डॉ. सुमित मांदळे, विवेक शिवदे व पवन हाडोळे या गिर्यारोहकांनी माउंट मंदा-१ या शिखरावर उत्तर धारेने यशस्वी चढाई केली. या शिखरमाथ्यावर चढाईसाठी जे काही मार्ग आहेत, त्यांपैकी सर्वांत कठीण मार्ग म्हणजे उत्तर धारेचा मार्ग. या मार्गावरून या आधी केवळ एकदाच जपानी गिर्यारोहकांनी यशस्वी चढाई केली आहे, तीदेखील १९८२मध्ये. तेव्हापासून आजपर्यंत भारतीयच काय, जगातील कोणत्याही गिर्यारोहकाला, गिर्यारोहण संस्थेला माउंट मंदा-१ शिखराच्या उत्तर धारेने चढाई करता आली नव्हती. मात्र या वेळी गिरिप्रेमीच्या शिलेदारांनी हे आव्हान पेलले व अभूतपूर्व यश मिळविले. भारतीय इतिहासातील महत्त्वाची घटना म्हणून गणल्या जाणाऱ्या या क्षणाचा मी बेस कॅम्पहून साक्षीदार ठरलो.

माझ्यासाठी माउंट मंदा-१ हे शिखर भावनिकदृष्ट्या खूप जवळचे आहे. याच शिखरामुळे माझ्यातील गिर्यारोहक घडण्यास कलाटणी मिळाली, असे मला वाटते. सुमारे तीस वर्षांपूर्वी, १९८९मध्ये मी पहिल्यांदा माउंट मंदा-१ मोहिमेसाठी गढवाल हिमालयात दाखल झालो. त्या काळातदेखील माउंट मंदाची ओळख ही भारतीय हिमालयातील अत्यंत अवघड शिखर अशीच होती. तीन दशकांनंतरदेखील हीच ओळख कायम आहे. या शिखरमोहिमेसाठी प्रचंड तयारी आवश्यक होती. सोबतीला स्नो-आइस क्राफ्टचे कौशल्य असणे गरजेचे होते. अंगात धाडस असल्याशिवाय माउंट मंदा अशक्यच, असे आम्हाला थोरा-मोठ्यांनी सांगितले होते. या मोहिमेच्या आधी तयारीचा भाग म्हणून मी पुण्यातील गिरिभ्रमण संस्थेचे जेष्ठ गिर्यारोहक डॉ. बापूकाका पटवर्धन यांना भेटलो. गिर्यारोहण मोहिमांची तयारी करण्यासाठी आवश्यक असलेली इत्थंभूत माहिती बापूकाकांकडे असे. एखाद्या शिखराचा इतिहास, भूगोल व भविष्य यांवर माहितीपूर्वक भाष्य करू शकणाऱ्या बापूकाकांची भेट घेऊन मी माउंट मंदाविषयी जमेल तेवढी माहिती गोळा केली आणि मोहिमेसाठी निघालो. माझ्यासोबत अजय देवधर, संजय डोईफोडे व सुरेंद्र चव्हाण होते. मी या मोहिमेचे नेतृत्व करत होतो. आमच्यासोबत असलेला सुरेंद्र, ज्याला आम्ही S.A. म्हणत असू, त्याची ही हिमालयातील पहिलीच गिर्यारोहण मोहीम होती. याच S.A.ने पुढे १९९८मध्ये जगातील सर्वांत उंच शिखर असलेल्या माउंट एव्हरेस्टवर चढाई करत *'एव्हरेस्ट शिखरचढाई करणारा पहिला महाराष्ट्रीय नागरिक'* हा बहुमान मिळविला.

मिळालेल्या माहितीनुसार केलेल्या योजनेप्रमाणे धान्य, गिर्यारोहणातील साधनसामग्री घेऊन आम्ही माउंट मंदाच्या बेस कॅम्पला दाखल झालो. बेस कॅम्पवरूनच

माउंट मंदा
बेस कॅम्प

शिखराचा आवाका प्रचंड आहे, याची जाणीव झाली होती. आमच्याकडे उपलब्ध साधनांचा वापर करून आम्ही जेव्हा कॅम्प-१ला पोहोचलो, तेव्हा आम्हाला कळून चुकले होते, की ही मोहीम इथेच सोडावी लागणार. समोर उभ्या असलेल्या तीव्र धारेवरून चढाई करण्यासाठी आमच्याकडे संसाधनांची कमतरता होती. आमच्याकडे असलेला दोर संपला होता, धान्य संपत आले होते आणि गिर्यारोहणाची साधने कमी पडू शकतील, याचा अंदाज येत होता. आम्हाला खूप मोठी शिकवण मिळाली. आमची तयारी कमी पडली. माउंट मंदाने आम्हाला हुलकावणी दिली होती.

या मोहिमेच्या अयशस्वीतेचे मुख्य कारण हे अपुरी तयारी होती. एक गिर्यारोहण नेता म्हणून मला हे बोचत होते. काहीही करून माउंट मंदा शिखरचढाई करायचीच, हा निर्धार करून मी परतलो. त्याच दरम्यान माझ्या लग्नाचा विचार घरी चालू होता. मला मात्र इतक्यात काही लग्न करायाचे नव्हते. 'आधी मंदा शिखर आणि मग लग्न!' अशीच माझी भूमिका होती. त्यामुळे जेव्हा मुलगी बघण्याचा कार्यक्रम करायचा आहे, हे कळल्यावर काहीतरी कारण काढून मी पळवाट काढली. माझ्या मनात 'मंदा एके मंदा' हाच विषय होता. त्यामुळे मोहिमेच्या तयारीचे पहिले पाऊल म्हणून मी तडक दिल्ली गाठली. येथे असलेल्या 'इंडियन माउंटेनीयरिंग फाउंडेशन' (आय.एम.एफ) या भारतातील गिर्यारोहण क्षेत्रातील शिखर संघटनेच्या कार्यालयात भारतीय हिमालयात असलेल्या सर्व शिखरांवर चढाई मोहिमांसंदर्भात इत्थंभूत माहिती उपलब्ध असते.

आय.एम.एफ.च्या कार्यालयात गेल्यावर माउंट मंदा-१ शिखर मोहिमांविषयी माहिती काढताना कळले, की १९८२मध्ये जून महिन्यात जपानी गिर्यारोहकांनी या शिखरावर यशस्वी चढाई केली आहे. या मोहिमेच्या नेत्याचा संपर्क करण्यासाठी पत्ता आम्हाला आय.एम.एफ.मधून मिळाला. एहिमे विद्यापीठातील संघाने शिखरचढाईची कामगिरी केली होती. त्यांनी उत्तर धारेच्याच मार्गाचा चढाईसाठी अवलंब केला होता. पत्ता मिळाल्यावर विनाविलंब मी त्यांच्याशी पत्रव्यवहार केला व मोहिमेचा अहवाल पाठविण्याविषयी विनंती केली. त्या वेळी आंतरराष्ट्रीय पत्रव्यवहार करण्यासाठी भरपूर कालावधी लागत असे. जपानी नेत्याकडून आम्हाला ताबडतोब उत्तर मिळेल, अशी अपेक्षा कमीच होती. मात्र अनपेक्षितपणे अगदी कमी वेळेत आम्हाला जपानी संघाच्या माउंट मंदा-१ मोहिमेचा इत्थंभूत अहवाल पोस्टाद्वारे घरपोच मिळाला. आम्ही तो

Ehime University Indian Himalayas Expedition:-1982

Transalation by MICHIKO S. TENDULKAR

Manda - I (21,360 ft)
Result - Successful
Members - Four
HAP -
Sirdar -

May 30: Arrived in Kedar Ganga Kharak, which was the supposed
Base Camp.

June 1: Started Mountaineering activity. Mand-I & Bhrigu
Parbat, between them is a col & glacier. A plateau
exists there at the height of 5000 mts. Camp I was
established. From here, now Manda-I was seen
clearly. (June 5)

June 5: Mr. Kawagochi & K. Sasaki enter Camp I. Glacier is
turning to left side. Camp I was established on
right bank of the river. After crossing two pitches
the ice fall was negotiated and reached in the upper
plateau of the glacier. Climbed the snow-wall which
is connected with the North-ridge. On the way after
climbing half of the wall rope was fixed of a length
about 130 mt. (430 feet).

Camp - II (5,600 mts) - 18,480 feet. Only tents can
be pitch (small space). Mr. Sasaki due to visa
problem return back from C-II.

June 11: Kawagochi & Sasaki enters Camp II. Mr. Sogabe & L.O
enters C-I.

North ridge is a sheer drop in Manda-Bamak. So
approached from Kedar-Ganga side. The route was
opened from Kedar-Ganga side. The route followed
was not a straight one, but turning a lot (round).

The lower portion of the North ridge is gradual
having weak rock & snow structure. It is a snow &
rock mixed ridge.

As height is gained the snow becomes hard. From the
junction point to summit, there is ice-wall having
50° to 60° L.O had high altitude problem & was back
to base camp.

... 2

१९८२मध्ये जपानी गिर्यारोहकांनी माउंट मंदावर केलेल्या यशस्वी चढाईचा अहवाल

अहवाल बघून सुखावलो; मात्र अहवाल उघडताच आमच्या आनंदावर विरजण पडले. कारण, सदर अहवाल हा जपानी भाषेत होता. त्या काळी सहजासहजी भाषांतर करणारे उपलब्ध होत नसत. त्यात जपानी भाषेतून अनुवाद म्हणजे दिव्यच. यावर उपाय शोधत असताना आमची मैत्रीण अनघा घैसास मदतीला धावून आली. तिच्या ओळखीतील एक बाई जपानी ते इंग्रजी अनुवाद करू शकत होत्या, त्या बाईंचे नाव होते मिचिको एस. तेंडुलकर. मूळच्या जपानी, पण त्या वेळी पुण्यात कायमस्वरूपी वास्तव्यास असलेल्या मिचिको यांनी आम्हाला जपानी भाषेतील मोहिमेचा अहवाल इंग्रजी भाषेत विनामूल्य अनुवादित करून दिला व आमच्या मोहिमेतील खूप मोठा अडथळा दूर झाला. आजही तो अहवाल मी जपून ठेवला आहे. त्या अहवालाचा पुरेसा अभ्यास करून, मागच्या वेळी केलेल्या चुकांचा अभ्यास करून आम्ही पुन्हा एकदा मंदा मोहिमेसाठी सज्ज झालो.

संजय डोईफोडेच्या नेतृत्वाखाली १९९१मध्ये मी, अविनाश फौजदार, जगदीश चाफेकर, प्रदीप केळकर, जितेंद्र हांडे-देशमुख असा आम्हा सहा जणांचा संघ पूर्ण तयारीनिशी गढवाल हिमालयात दाखल झाला. जयसिंग व देवीसिंग अशा नेपाळी हाय अल्टिट्यूड पोर्टर्सची जोडगळी आमच्या मदतीसाठी होती. या वेळी कॅम्प-१पर्यंत चढाईचा आम्हाला अनुभव होता. येथे चढाई करताना प्रचंड अशा रॉकफॉलप्रवण भागांतून चढाई करावी लागत असे. येथे अजस्र कातळभिंती होत्या, ज्या ठिकाणी सह्याद्रीत करतो त्याहीपेक्षा अवघड असे रॉक क्लायम्बिंग करावे लागत असे. या संपूर्ण चढाईमार्गावर एवढ्या मोठ्या भेगा होत्या, की येथे नेहमीच्या वापरातील पिटॉन्स (रॉक क्लायम्बिंग

करताना दगडात ठोकण्याचे खिळे, ज्यांचा वापर हा चढाई-उतराई करताना करावा लागतो) उपयोगाचे नव्हते. नेहमीपेक्षा जरा जास्त लांबीचे, म्हणजे किमान फूटभर लांब अशा पिटॉन्सची गरज होती, हे मला १९८९च्या असफल प्रयत्नातून समजले होते. म्हणून पुण्यातील जुन्या बाजाराजवळ असलेल्या एका लोहाराकडे जाऊन गाड्यांच्या पाट्यांपासून बनविलेले फूटभर लांबीचे पिटॉन्स बनवून घेतले. सुदैवाने हे पिटॉन्स अतिशय चपखल बसले व त्याचा आधार घेऊनच आम्ही चढाई करू शकलो. अशा प्रकारचे पिटॉन्स बनवून घेणे हा एक प्रकारचा प्रयोगच होता, जो अत्यंत यशस्वी ठरला होता.

आम्ही रॉक क्लायम्बिंग करत कॅम्प-१ला पोहोचलो. कॅम्प-१च्या पुढे एक छोटा आइसफॉल लागतो, त्यातून मार्ग काढत कॅम्प-२ गाठले. पुढे ६५-७० अंश कोनात असलेल्या तीव्र धारेवरून अतिशय सावधपणे आम्ही पुढील रूट ओपन केला. या ठिकाणी एक तंबू लावू शकू एवढीच जागा होती आणि दोन्ही बाजूला ४ ते ५ हजार फूट खोल दरी. एक छोटी चूक झाली असती, तर खोल दरीत कोसळण्याची भीती होती. आम्हाला खालच्या बाजूला गंगोत्री ते गोमुख मार्गावरील 'चिडबासा' स्पष्ट दिसत होते. सोबतीला आसपास उभी असलेली *शिवलिंग, सुदर्शन* इत्यादी शिखरेदेखील दर्शन देत होती. दृश्य अतिशय मनमोहक होते, मात्र प्रसंग आमच्यासाठी बाका होता. कारण २३ दिवस अथक प्रयत्न करून सोबत आणलेला २,७०० मीटर लांबीचा रोप संपला होता. सोबतीला खालच्या भागात लावलेला रोपदेखील आम्ही काढून आणला होता. शिखरमाथा अवघ्या ४०० ते ५०० मीटरवर होता, मात्र आमच्याकडे असलेला सुरक्षा रोप संपला होता. त्याच्या पुढे रोपशिवाय चढाई करणे, म्हणजे जिवावर बेतण्यासारखे होते. आम्हाला शिखरमाथा स्पष्ट दिसत होता, मात्र आमच्यासमोर अतिशय तीव्र व एका वेळी एकच पाऊल ठेवता येईल एवढी निमुळती धार होती. एक चूक आणि काही हजार फूट खोल दरीत कोसळण्याची भीती होती. तरीही संजय मला 'थोडे पुढे जाऊन येऊ, इथपर्यंत आलो आहोत तर शिखरावर जाऊच', असा आग्रह करत होता. विनारोप चढाई करण्याची त्याची तयारी होती. मला मात्र समोर उभ्या असलेल्या शिखरापेक्षा धोक्याची वाट जास्त स्पष्ट दिसत होती. मी भावनांना आवर घालत खाली जाण्याबद्दल बोलू लागलो. मंदा शिखर आपल्या नशिबात नाही, आता नाही तर पुन्हा कधीतरी येऊ... शिखरचढाईपेक्षा जीव महत्त्वाचा... एक चूक जिवावर बेतेल, अशी समजूत काढत मी संजयला खाली घेऊन आलो. संपूर्ण उतराईमध्ये आमच्या डोळ्यांतील अश्रूंच्या धारा काही थांबत नव्हत्या. अगदी तुटपुंज्या संसाधनामध्ये पुण्यापासून बेस कॅम्पपर्यंत सर्वच तयारी आमच्या आम्हीच केली होती.

बेस कॅम्पपासून कॅम्प-२पर्यंत सर्व सामानाची लोड फेरी करताना जितेंद्रने व अविनाशने अक्षरशः जिवाचे रान केले होते. मी आणि संजयने पैसे उभे करण्यापासून

चढाईपर्यंत सर्वच गोष्टींसाठी जीव तोडून मेहनत केली होती. आमच्या सोबत कोणतीही सपोर्ट टीम नव्हती. स्वयंपाक, भांडी धुणे, टेन्ट लावणे ही कामेदेखील आम्हीच केली होती. त्या वेळी उत्तरकाशीला फार सामान मिळत नसे, त्यामुळे अगदी पुण्यातूनच सर्व गोष्टींची जुळवाजुळव करावी लागत असे. आम्ही सर्व काही केले होते मंदा शिखरचढाईच्या ध्यासाने; मात्र आम्हाला काही यश मिळाले नव्हते. सर्व गोष्टी डोळ्यांसमोर उभ्या होत्या. मनात खूप रुखरुख होती. मंदा शिखरचढाई जरी अयशस्वी झाली असली, तरी जवळच असलेल्या भृगू पर्वतावर चढाई करू, असा प्रस्ताव अविनाशने संघासमोर मांडला. ६०४१ मीटर उंच असलेल्या भृगू पर्वतावर तोपर्यंत कोणीही चढाई केली नव्हती. त्यामुळे येथील आव्हाने ही संपूर्णपणे नवीन होती. तरीदेखील भृगू पर्वताचे आव्हान आम्ही पेलू शकू, हा आत्मविश्वास आम्हाला होता. ठरल्याप्रमाणे चढाई केली व शिखरमाथा गाठला. भृगू पर्वतावर सर्वांत पहिल्या चढाईचा मान आम्हा सहा जणांना मिळाला होता. अगदी मर्यादित संसाधनांमध्ये हे यश मिळवू शकलो, याचा अभिमान होताच; मात्र सोबतीला मंदाचे अपयश मनात अगदी खोलवर रुजले होते. या दुःखाची सल कालपर्यंत बोचत होती. दरम्यानच्या काळात मंदा मोहिमेविषयी अनेकदा गिरिप्रेमीतील गिर्यारोहकांशी चर्चा होत असे, मात्र काही ना काही कारणाने मंदा हा विषय मागे पडत गेला व मंदाचे स्वप्न हे स्वप्नच राहिले. मात्र जेव्हा

गिरिप्रेमीच्या शिलेदारांनी माउंट मंदा मोहीम यशस्वी केली, तेव्हा माझेच स्वप्न त्यांनी सत्यात उतरवले असे मला वाटून गेले.

मी गिरिप्रेमीच्या मंदा मोहिमेचा संपूर्ण प्रवास बेस कॅम्पवरून अनुभवत होतो. जेव्हा शिखरचढाई करून डॉ. सुमित मांदळे, विवेक शिवदे व पवन हाडोळे बेस कॅम्पला आले, तेव्हा मला अगदी भरून आले. तीस वर्षांपूर्वी जगलेले सारे क्षण डोळ्यांसमोर तरळले. मी संघाचे अभिनंदन करत असताना डॉ. सुमित म्हणाला की, त्याने माझ्यासाठी एक खास भेट आणली आहे. काय भेट असेल हा विचार करत असतानाच, त्याने माझ्या हातात ५० मीटर दोर टेकवला. हा तोच दोर होता, जो मी व माझ्या संघाने तीस वर्षांपूर्वी कॅम्प-२च्या वर फिक्स केला होता. तो दोर बघून माझ्या डोळ्यांत टचकन पाणी आले. तीस वर्षांहून अधिक काळ पाहिलेल्या स्वप्नांच्या पूर्ततेची निशाणी म्हणजे हा दोरखंड होता. मी तो तसाच जपून ठेवला व आसपास असलेल्या परिसरावर एक नजर फिरवली. ३०-३२ वर्षांनंतर पुन्हा एकदा तोच बेस कॅम्प, तोच आइसफॉल, तेच केदारगंगा नदीचे खोरे आणि तेच मंदा शिखर पाहून मी सुखावून गेलो. माझ्या जुन्या आठवणींना पुन्हा एकदा उजाळा मिळाला; मात्र या वेळी या आठवणींना सुखाची झालर होती. या आठवणींमध्ये रममाण असतानाच डॉ. सुमितने आणखी एक आश्चर्याचा धक्का दिला. आम्ही तीस वर्षांपूर्वी लावलेले पिटॉन्स हे आजही त्या रॉक क्लायम्बिंग मार्गावर तसेच आहेत, हे सांगितले. त्यांनीदेखील याच पिटॉन्सचा वापर चढाईसाठी केला. आज, इतक्या वर्षांनंतरही त्या पिटॉन्सची उपयुक्तता तेवढीच आहे हे कळल्यावर, मी तेव्हा घेतलेला निर्णय किती योग्य होता या विचारांनी मनोमन सुखावलो.

अशा मोहिमांतून आम्हाला काय मिळते असे कुणी विचारते, तेव्हा एकच उत्तर असते - प्रेम व आयुष्यभर पुरणाऱ्या आठवणींचा संचय.

■ ■ ■

माउंट शिवलिंग :
कलाटणी देणारी मोहीम

शंकराच्या पिंडीसारखा आकार असलेले माउंट शिवलिंग हे शिखर जगातील समस्त गिर्यारोहकांना भुरळ पाडणारे आहे. ऋषितुल्य गिर्यारोहक *सर ख्रिस बॉनिंग्टन* यांनी शिवलिंग पर्वताचे वर्णन *'ड्रीम माउंटन'* असे केले आहे. एव्हरेस्ट, अन्नपूर्णा-२ यांसारख्या तांत्रिकदृष्ट्या अवघड शिखरांवर यशस्वी चढाई करणाऱ्या बॉनिंग्टन यांनी त्यांना भावलेल्या सात पर्वतांवर पुस्तक प्रकाशित केले. त्यातील एक संपूर्ण एक खंड शिवलिंग शिखरावर आधारित आहे. बॉनिंग्टनसारख्या दिग्गज गिर्यारोहकाला प्रेमात पाडणाऱ्या शिवलिंग शिखराची उंची ६,५४३ मीटर इतकी आहे. स्वित्झर्लंड-इटलीच्या सीमेवर वसलेल्या *मॅटरहॉर्न* या जगप्रसिद्ध पर्वतशिखराचा जुळा भाऊ वाटावा, इतके साम्य मॅटरहॉर्न व शिवलिंग शिखरामध्ये आहे. त्यामुळे शिवलिंगला 'इंडियन मॅटरहॉर्न' असेदेखील संबोधतात. भारतीय हिमालयातील गढवाल भागातील गंगोत्री परिसरात शिवलिंग शिखर वसले आहे. चढाईसाठी तांत्रिकदृष्ट्या अत्यंत अवघड असलेल्या या शिखरावर अगदी बोटावर मोजण्याइतक्या मोहिमा यशस्वी झाल्या आहेत. ७० ते ८० अंश कोनातून अधिक असलेल्या खड्या भिंती, शिखरमाथ्याच्या खाली असलेल्या मोठमोठ्या हिमभिंती, सतत होणाऱ्या हिमप्रपातांचा धोका व लहरी हवामान यांमुळे

शिवलिंग शिखरावर चढाई करणे अत्यंत कठीण आहे. येथे चढाई करण्यासाठी रॉक क्लायम्बिंग, आइस क्लायम्बिंगसारखी गिर्यारोहणातील तांत्रिक कौशल्ये अवगत असणे गरजेचे आहे. सोबतीला संयम, चिकाटी व धाडस हे हवेच. म्हणूनच अनेक कसलेले व दिग्गज युरोपीय गिर्यारोहक तांत्रिक चढाईतील कौशल्ये तपासण्यासाठी आवर्जून शिवलिंग मोहीम करतात. भारतीयांसाठी मात्र शिवलिंग शिखर नेहमीच आव्हानात्मक राहिले आहे, त्यामुळे गिरिप्रेमीने या शिखरावर मोहीम आयोजित करावी, अशी माझी इच्छा होती. कारणही तसे होते. शिवलिंग मोहीम २००७मध्ये आयोजित करण्याची योजना होती. हे वर्ष म्हणजे गिरिप्रेमीचे रौप्यमहोत्सवी वर्ष होते. पंचविसावे वर्ष अत्यंत धूमधडाक्यात व अभिनव पद्धतीने साजरे करता येईल व गिर्यारोहण अधिक परिणामकारकदृष्ट्या जनमानसांत पोहोचवता येईल, हा यामागे उदेश होता. रौप्यमहोत्सवी वर्षाच्या एक वर्ष आधीच शिवलिंग मोहिमेची व वर्षभर आयोजित करण्यात येणाऱ्या कार्यक्रमांची तयारी सुरू झाली. अर्थात या सर्व घडामोडींमध्ये माझा सक्रिय सहभाग होता.

पंचवीस वर्षांच्या वाटचालीत गिरिप्रेमीने अनेक गिर्यारोहण मोहिमा यशस्वी केल्या होत्या. सह्याद्रीतील प्रस्तरभिंतींवर आपले कौशल्य सिद्ध केले होते, तर सोबतीला हिमालयातदेखील आपल्या कौशल्यांची चुणूक दाखवली होती. मात्र आता वेळ होती, अधिक व्यापक होण्याची. म्हणूनच माउंट शिवलिंगसारखे आव्हान गिरिप्रेमीने पेलावे व यासाठी सर्वांनी झोकून देऊन काम करावे अशी सर्वांचीच इच्छा होती; मात्र अडथळा होता तो निधी उभारणीचा. २००७पर्यंत गिरिप्रेमीने आयोजित केलेल्या मोहिमांचे बजेट हे जास्तीत जास्त २ लाखांपर्यंत असे. मोहीम करताना नेहमी बचतीला प्राधान्य दिले जात असे. पुण्यातून बाहेर पडताच या काटकसरीला सुरुवात होत असे. रेल्वेचा परवडू शकणारा प्रवास करणे, मोहिमेसाठी आवश्यक अधिकाधिक सामान आपणच वाहून नेणे, स्वस्तातील जॅकेट-स्लीपिंग बॅग वापरणे, हिमालयातील तीव्र हवामानापासून संरक्षण करण्यासाठी उच्च प्रतीचे महागडे कपडे न परवडल्याने कमी प्रतीचे साहित्य वापरणे, याचसोबत श्रमाची अधिकाधिक कामे आपणच उचलणे, यांमुळे गिर्यारोहकांची अर्धी ऊर्जा बेस कॅम्पला पोहोचेपर्यंत खर्ची पडत असे. त्याचा परिणाम हा शिखरचढाईवर होत असे. याचा अनुभव मी विविध मोहिमांतून घेत होतो. त्यामुळे माउंट शिवलिंग मोहीम करायची तर संपूर्ण नवीन पद्धतीने, यावर मी ठाम होतो. संपूर्ण अभ्यास करून मी शिवलिंग मोहिमेसाठी १० लक्ष रुपयांचे बजेट असावे, असा प्रस्ताव सर्वांसमोर मांडला. २००६-०७मध्ये १० लक्ष हा खूप मोठा आकडा होता. एवढे निधिसंकलन कसे करणार, हा यक्षप्रश्न सर्वांनाच होता. मात्र काहीही झाले तरी शिवलिंगचे शिवधनुष्य पेलायचेच, या भूमिकेवर मी ठाम होतो. सर्वांना माझी तळमळ दिसत होती. किंबहुना, सर्वांची तीच इच्छा होती. मात्र सगळे काही करता येईल, पण पैशांचे सोंग आणता येत नाही. सर्वांनी

हातभार लावला, तर १० लक्ष रुपये उभा करता येऊ शकत होते, याचा मला अंदाज आला. यासाठी मदतीला धावून आला आमचा गिर्यारोहक मित्र अविनाश फौजदार. माझा जवळचा मित्र, गिर्यारोहण क्षेत्रातील माझा गुरू असलेल्या अविनाशने ३ लक्ष रुपये उभे करण्याची जबाबदारी स्वीकारली. आमच्या १० लक्ष रुपयांतील ३० टक्के रक्कम ही उच्च प्रतीचे गिर्यारोहण साहित्य विकत घेण्यासाठी खर्च होणार होती. या खर्चाची जबाबदारी स्वीकारून ते उभे करण्यात अविनाशने पुढाकार घेतला आणि आमच्या शिवलिंग मोहिमेच्या तयारीची गाडी सुसाट सुटली.

मे-जून २००७मध्ये आम्ही शिवलिंग मोहिमेवर जाणार होतो. हा रौप्यमहोत्सवी वर्षाचा कळसाध्याय होता. मोहिमेच्या आधी गिर्यारोहण व प्रस्तरारोहण यांची जनसामान्यांना ओळख व्हावी, यासाठी आम्ही विविध उपक्रम हाती घेतले होतेच. यांत सिंहगड किल्ल्यावर २५ विविध मार्गांनी चढाई, तसेच सिंहगड किल्ल्याच्या विविध कातळकड्यांवर २५ मार्गांनी प्रस्तरारोहण असे अभिनव उपक्रम राबविण्यात आले. या उपक्रमांत शेकडो लोकांनी सहभाग नोंदवला. सिंहगडाचे विविध बुरूज, कडे झेंडूच्या माळांनी सजवले. जंगी कार्यक्रम सिंहगडावर आयोजित करण्यात आला. त्याचसोबत ड्युक्स नोजसारख्या अत्यंत कठीण कातळकड्यावर महाराष्ट्रातील २५ विविध निष्णात प्रस्तरारोहकांनी चढाई करत गिरिप्रेमीचे रौप्यमहोत्सवी वर्ष दणक्यात साजरे केले. या संपूर्ण जल्लोशाचा कळस शिवलिंग मोहिमेद्वारे होणार होता.

शिवलिंग मोहिमेची तयारी आम्ही अतिशय शिस्तबद्ध व काटेकोरपणे केली होती. ठरल्याप्रमाणे मोहिमेसाठी आवश्यक उच्च दर्जाची साधने आम्ही परदेशांतून मागविली. त्या काळी भारतात अतिउंचीवर गिर्यारोहण करण्यासाठी आवश्यक साधने सहजासहजी मिळत नसत. त्यामुळे परदेशातून ऑर्डर करून ही साधने मागवावी लागली. या साधनांसोबतच खाण्यापिण्याच्या सामानाचे दिवसागणिक नियोजन केले होते. मोहिमेचे डॉक्युमेंटशन उत्तम पद्धतीने व्हावे, गिर्यारोहण मोहिमेतील थरार, आव्हाने व गिर्यारोहकांचा संयम व कौशल्ये या सर्व गोष्टी सर्वांसमोर प्रभावीपणे मांडता याव्यात, यासाठी आम्ही मोहिमेच्या व्हिडिओग्राफीवर कटाक्षाने लक्ष दिले. माउंट शिवलिंग मोहिमेची आम्ही सर्वंकष तयारी केली होती.

राहुल येलंगेच्या नेतृत्वाखाली अविनाश कांदेकर, रूपेश खोपडे, आनंद माळी, टेकराज अधिकारी, निलेश आवारे, आनंद पाथरे व यशदीप माळवदे यांचा संघ माउंट शिवलिंगच्या आव्हानासाठी सज्ज होता. संजय डोईफोडे व अजित ताटे पूर्ण वेळ बेस कॅम्पवर ठाण मांडून होते. बेस कॅम्प व्यवस्थापनाची जबाबदारी या दोघांवर होती. अविनाश फौजदार हा नेहमीप्रमाणे मोहिमेचा पालक असल्याप्रमाणे आमच्या सर्वांच्या पाठीशी उभा होता. मोहिमेच्या सर्व तयारीदरम्यान मी मात्र तिहेरी भूमिका बजावत होतो. एकीकडे मोहिमेची तयारी, दुसरीकडे माझ्या ऑफिसचे काम व तिसरी बाजू म्हणजे माझ्या वडिलांचे आजारपण. या काळात माझे वडील आजारी असल्याने सतत रुग्णालयाच्या फेऱ्या कराव्या लागत असत. जेव्हा वडील ॲडमिट असत, तेव्हा मी रुग्णालयातून मोहिमेची तयारी बघत असे. या सर्व गदारोळात मला मोहिमेला जायला मिळते की नाही, याबाबत साशंकता होती; मात्र माझी इच्छाशक्ती दांडगी होती. रुग्णालयाच्या गडबडीतून वेळ काढत १० दिवसांसाठी का होईना मी गंगोत्री हिमालयात असलेल्या तपोवन येथील बेस कॅम्पवर दाखल झालो.

शिवलिंग मोहीम आव्हानात्मक होती; मात्र गिरिप्रेमीचे गिर्यारोहक तयारीचे होते. हिमप्रपातांच्या धोक्याने, लहरी हवामानाने ते बधले नाहीत. शिखरचढाई अंतिम टप्प्यात असताना शिखरमाथ्याच्या आधी असलेल्या ९० अंश कोनातील हिमभिंतीने गिर्यारोहकांना चांगलेच झुंजवले. १९९४मध्ये गिरिप्रेमीचा संघ शिवलिंग शिखरावर चढाई करत होता, तेव्हा प्रसाद ढमाल व सुरेंद्र चव्हाण यांच्यावर याच हिमभिंतीजवळ जीवघेणा प्रसंग उद्भवला होता. नशीब बलवत्तर होते म्हणून जीव वाचला, नाहीतर त्यांचा खूप मोठा अपघात झाला असता. शिवलिंग शिखराआधी असलेली ही हिमभिंत अतिशय आव्हानात्मक आहे. या मोहिमेतील तो सर्वांत मोठा अडथळा आहे. भारतीय असो वा परदेशी मोहिमा, अनेकांना या हिमभिंतीने असे झुंजवले आहे, की अनेकांना मोहीम अध्यार्वर सोडून परतावे लागले. अशीच वेळ गिरिप्रेमीच्या संघावर येते की काय असे

शिवलिंग मोहिमेच्या अंतिम टप्प्यात शिखरमाथ्याच्या आधी असलेल्या
९० अंश कोनातील हिमभिंतीवर चढताना गिर्यारोहक

वाटत होते, तेव्हा नेहमीच्या पद्धतीपेक्षा वेगळ्या प्रकारे चढाई करण्याचा विचार माझ्या मनात आला. या हिमाभिंतीवर असलेले हिम ठिसूळ होत असे, त्यामुळे येथे चढाईसाठी आवश्यक 'ग्रिप' मिळत नसे. माझ्या अनुभवानुसार पहाटेच्या वेळी, सूर्योदयाच्या आधी हे हिम भिंतीवर घट्ट असे. वातावरणातील तापमान वाढण्याच्या आधी जर चढाई केली, तर या भिंतीला पार करता येईल व चढाईसाठी दोर लावता येईल, असा माझा कयास होता. संघाने सांगितल्याप्रमाणे भल्या पहाटे उठून चढाईला सुरुवात केली. अपेक्षेप्रमाणे सर्वांना चढाईदरम्यान ग्रिप मिळाली, त्यामुळे दोरखंड लावता आला व हिमभिंत पार करून शिखरचढाई यशस्वी करता आली. संघातील पहिल्या गटाने यश मिळविल्यानंतर त्यांच्यामागे दुसरा गटदेखील शिखरावर पोहोचला आणि गिरिप्रेमीचे 'ड्रीम माउंटन'चे स्वप्न साकार झाले.

सर्वांत महत्त्वाचे म्हणजे, मोहिमेची तयारी सर्वकष केली की १० लाख एवढे निधिसंकलनदेखील कठीण नाही, हे या मोहिमेने दाखवून दिले होते. माउंट शिवलिंग मोहीम ही गिरिप्रेमीच्या गौरवशाली परंपरेच्या सुरुवातीची नांदी होती.

या मोहिमेमुळे एक बोचणारा अनुभवदेखील आला. शिवलिंग मोहिमेच्या यशाबद्दल आमचे कौतुक होत होते. सत्कार समारंभ, विविध स्लाईड-शो आयोजित केले जात होते. अशाच एका कार्यक्रमानंतर एक साठीतल्या काकू मला भेटल्या. त्यांच्यासोबत एक तरुण मुलगादेखील होता. काकू भेटल्यावर आमचे कौतुक करतील, काही कुतूहलाने प्रश्न विचारातील, असे मला वाटले. माझ्यासोबत अविनाश कांदेकर होता, ज्याने शिवलिंग शिखरावरील अवघड मोहीम अत्यंत धाडसाने पूर्ण केली होती. मी त्याची ओळख करून देत असताना त्या काकूंनी मला थांबवत आपल्यासोबत असलेल्या तरुणाची ओळख करून दिली. तो त्यांचा जावई होता आणि नुकताच तो अविनाशप्रमाणेच 'हिमालयात जाऊन आला होता' असे काकूंनी सांगितले. म्हणजे काकूंच्या लेखी शिवलिंगसारख्या पर्वतशिखरावरील चढाई आणि पर्यटन-देवदर्शनानिमित्त हिमालयाला भेट हे एकच होते. याचा अर्थ गिर्यारोहण - हिमालयातील आव्हाने ही सामान्य लोकांपर्यंत नीटशी पोहोचली नव्हती, असे मला जाणवले. या प्रसंगामुळे मला खरेच खूप वेदना झाल्या, पण त्याचसोबत गिर्यारोहण जनसामान्यांत पोहोचवण्यासाठी झपाटून काम करण्यासाठी आवश्यक असलेली प्रेरणादेखील मिळाली. शिवलिंग मोहिमेच्या यशातून, गिर्यारोहकांच्या अथक परिश्रमांतून व गिर्यारोहणाबद्दल जनजागृती झाली पाहिजे, या विचारांतून एक व्यापक मोहीम जन्माला आली, ती म्हणजे माउंट एव्हरेस्ट.

माउंट शिवलिंग शिखर सर करणारा गिर्यारोहकांचा चमू

गिरिप्रेमीने २०१२मध्ये जगातील सर्वोच्च शिखर असलेल्या *माउंट एव्हरेस्ट*वर भारतातील सर्वांत मोठी नागरी मोहीम आयोजित केली व यशस्वीदेखील केली. एव्हरेस्टनंतर जगातील इतर सात अतिउंच शिखरांना साद घातली. या सर्व मोहिमांचे नेतृत्व करण्याचे भाग्य मला मिळाले. या सर्व प्रवासाची नांदी ही शिवलिंग मोहिमेत होती. शिवलिंग मोहिमेसाठी १० लक्ष रुपये उभा करू शकलो, म्हणूनच एव्हरेस्ट मोहिमेसाठी साडेतीन कोटी रुपये निधी उभारण्याचे बळ आम्हाला मिळाले. शिवलिंग शिखराच्या आधी असलेल्या हिमभिंतीवर हार न मानता चढाई केली, म्हणूनच एव्हरेस्ट शिखरमाथ्याच्या आधी असलेल्या 'हिलरी स्टेप'वर गिर्यारोहक आत्मविश्वासाने चढू शकले. शिवलिंग मोहिमेने गिरिप्रेमीच्या उज्ज्वल प्रवासाची पायाभरणी केली, जो प्रवास आजही निरंतर चालू आहे. या संपूर्ण प्रवासाचा मी एक भाग बनू शकलो, यातच माझे गिर्यारोहक म्हणून आयुष्य कृतकृत्य झाले.

■ ■ ■

थेलू शिखराला
गवसणी घालताना...

वर्ष १९८८. माझा गिर्यारोहणातील ॲडव्हान्स कोर्स उत्तरकाशी येथील नेहरू इन्स्टिट्यूट ऑफ माउंटेनीयरिंग (NIM) येथून नुकताच पूर्ण झाला होता. अपेक्षेप्रमाणे या कोर्समध्ये मला 'अ श्रेणी' प्राप्त झाली होती. कोर्सनंतर लगेच मी मोहिमेवर जावे असे ठरले. कारण मी कोर्समुळे अतिउंचीवरील वातावरणाशी अक्लमटाईज झालो होतो. त्यामुळे मी थेलू मोहिमेवर जावे असे अविनाश फौजदारने मला सुचविले. अविनाश हा माझा जवळचा मित्र व गिर्यारोहण क्षेत्रातील गुरू. तो आमच्यासाठी गिर्यारोहणातील 'मास्टरमाइंड' आहे. गिर्यारोहण मोहीम कशी आखावी, त्यासाठी काय तयारी करावी, या सर्व बाबींची त्याला इत्थंभूत माहिती असते. तो बारकाईने अभ्यास करून पूर्ण योजना मांडतो. त्यामुळे अविनाशने बनविलेल्या योजनांचे आम्ही मित्र नेहमीच विनाशर्त अनुकरण करायचो.

त्या वेळी अविनाशच्या मनात माउंट सुदर्शन मोहिमेचे विचार रुंजी घालत होते. ६,५२९ मीटर उंच असलेले सुदर्शन शिखर हे चढाईसाठी अत्यंत आव्हानात्मक आहे. येथे १९८३मध्ये जपानी गिर्यारोहकांनी नैर्ऋत्य धारेने चढाई केली होती. त्याच धारेने शिखरचढाई करण्याची अविनाशची योजना होती; मात्र यासाठी सर्वंकष तयारी करणे

क्रमप्राप्त होते. त्याचसाठी थेलू पर्वत शिखरावर मी चढाई करावी, असे अविनाशने मला सांगितले.

६,००१ मीटर उंच असलेले *माउंट थेलू* हे शिखर तुलनेने चढाईसाठी सोपे होते. तसेच थेलू शिखरमाथ्यावरून सुदर्शन पर्वताची नैर्ऋत्य धार अत्यंत स्पष्ट दिसते. त्यामुळे या धारेची सूक्ष्म रेकी करण्यासाठी मी थेलू शिखरावर चढाई करावी, असे ठरले. कोर्स संपताच मी ही शिखरचढाई करावी, असे आम्ही ठरवले. कोर्समध्ये शिकलेल्या गोष्टींचा प्रत्यक्ष मोहिमेत उपयोगदेखील करता येईल आणि नुकताच कोर्स यशस्वी पूर्ण केला असल्याने माझा आत्मविश्वास दुणावला होता. त्यामुळे मी थेलू शिखर मोहीम करण्याचे ठरवले.

कोर्स संपल्यावर मी तडक गंगोत्री गाठले. मोहिमेला जाण्याआधी मी नोरबू चिवांग या आमच्या NIMमधील प्रशिक्षकांशी बोललो. ते एक उत्तम शिक्षक तर होतेच, सोबतीला उत्कृष्ट गिर्यारोहक होते. त्यात त्यांचे मूळ गाव गंगोत्रीजवळ होते. त्यांना गढवाल हिमालयाचा, तेथील आव्हानांचा उत्तम अंदाज होता. त्यामुळे त्यांचे मार्गदर्शन महत्त्वाचे होते. त्यांनी माझी तयारी तपासली. सोबतीला त्यांची स्वतःची स्लीपिंग बॅग देऊ केली आणि 'गंगोत्री गावातून प्रेमसिंग रावतला सोबत घेऊन जा' हेदेखील सांगितले. ठरल्याप्रमाणे मी गंगोत्रीत प्रेमसिंगला भेटलो व पुढच्या प्रवासाला निघालो. खरे तर NIMमधील खडतर ॲडव्हान्स कोर्सनंतर विश्रांतीची आवश्यकता असते. मात्र तेव्हा माझे वयच तसे होते. मी अवघ्या तेवीस वर्षांचा होतो. तरुणाईतील जोश व दिलेली जबाबदारी पार पाडण्याचा आवेश होता, त्यामुळे 'मिशन थेलू'साठी मी उत्साहाने निघालो होतो.

या मोहिमेवर मी व प्रेमसिंग असे दोघेच होतो. मात्र माझ्यासोबत मोहिमेवर येण्यासाठी केदार टोकेकर इच्छुक होता. केदार आणि माझी भेट झाली ॲडव्हान्स कोर्सदरम्यान. आम्ही दोघेही पुण्याचेच. केदार मोहिमेला येतोच म्हणून अडून बसला होता. मात्र त्याला काही त्रास झाला असता, तर मोहीम अध्यार्वर सोडावी लागली असती व सुदर्शनची रेकीदेखील करता आली नसती. म्हणून मोहिमेवर नको, पण गंगोत्रीपर्यंत सोबत जाऊ, असे आमचे ठरले. केदार गंगोत्रीला थांबणार होता. त्या वेळी आजसारखी संपर्काची साधने नव्हती. त्यामुळे 'चारपाच दिवस आमची गंगोत्रीला वाट बघ. आम्ही परतलो नाही, तर काहीतरी हालचाल कर.' असे सांगून मी आणि प्रेमसिंग थेलूच्या दिशेने निघालो.

पहिल्या दिवशी गंगोत्री सोडल्यावर रक्तवर्ण ग्लेशियरहून मार्गक्रमण करत आम्ही बेस कॅम्पला पोहोचलो. मी व प्रेमसिंग असे दोघेच होतो. त्यामुळे तंबू उभारणे, स्वयंपाक करणे अशा सर्व कामांची जबाबदारी आमच्या दोघांवरच होती. ४,३०० मीटरवर

केदार टोकेकर आणि प्रेमसिंग रावत यांच्यासमवेत

असलेल्या बेस कॅम्पवर तंबू लावून, जेवण करून निम्म्याहून अधिक सामान आम्ही ५,२०० मीटरवर असलेल्या समिट कॅम्पला नेऊन ठेवले व पुन्हा बेस कॅम्पला येऊन तंबूत विसावलो. पुढचा दिवस हा आमच्यासाठी फार महत्त्वाचा होता, त्यामुळे पुरेशी विश्रांती घेणे गरजेचे होते. मात्र रात्री लवकर झोप लागली नाही. ६ हजार मीटर उंच शिखरावरची चढाई, पहिली शिखरचढाई या उत्सुकतेने फारशी झोप लागली नाही. दुसऱ्या दिवशी सकाळी उठल्यावर साधारण आठ तासांची चढाई करून समिट कॅम्पला पोहोचलो. खाण्यापिण्याचे बघेपर्यंत संध्याकाळ झाली. आमची चांगलीच दमछाक झाली होती. त्यामुळे आम्हाला लवकर झोप लागली. तिसऱ्या दिवशी भल्या पहाटे चार वाजता उठून आम्ही शिखरमाथ्याकडे निघालो. सोबतीला याशिका कॅमेरा व दोन रोल सोबत घेतले. एका रोलमध्ये ३६ छायाचित्रे काढता येत असत. खूप काळजी घेऊन कॅमेरा व रोल हाताळावे लागत असत; कारण रोल खराब झाला, तर सर्व छायाचित्रे वाया जात असत. थेलू शिखराच्या धारेवर सुट्या दगडांवरून सांभाळत, हिमातून वाट काढत, २५ मीटरचा रोप एकमेकांना बांधून आम्ही चालत होतो. उजव्या बाजूला सुदर्शनची नैर्ऋत्य धार स्पष्ट दिसत होती. अभ्यासासाठी आवश्यक छायाचित्रे घेत आम्ही शिखरमाथा गाठला.

शरीर थकले होते, पण शिखरावर पोहोचल्याचा आनंद विलक्षण होता. शिखरमाथ्याहून दिसणारा सुदर्शन पर्वत, शिवलिंग, थलाई सागर शिखर आणि इतर अनेक शिखरांची विस्तीर्ण रांग खूपच विलोभनीय होती. आजही ते दृश्य माझ्या मनात सुस्पष्ट कोरलेले आहे.

थोडा वेळ थांबून आम्ही परतीच्या मार्गावर निघालो. सहा वेळा थेलू शिखरावर चढणाऱ्या प्रेमसिंगने उतरताना मोलाचा सल्ला दिला. उतराई नेहमी सावधपणे करावी. निसरडी वाट आणि खाली जाण्याची घाई अपघाताला आमंत्रण ठरू शकते. मी त्याचे म्हणणे ऐकले व सावकाश उतराई करत बेस कॅम्प गाठला. खरे तर इथे विश्रांती घेऊन पुढच्या दिवशी खाली परतायचे, असे ठरवले होते; मात्र शिखरचढाईचा व सुदर्शनच्या नैर्ऋत्य धारेची रेकी मिशन फत्ते झाल्याचा दुहेरी आनंद होता. त्यात केदार गंगोत्रीला माझी वाट पाहत होता. मला त्याला भेटून चार दिवस झाले होते. तो काळजी करत असेल या विचाराने मी बेस कॅम्प सोडला. बेस कॅम्प ते गंगोत्रीच्या मार्गावर भोजबासला पोहोचलो, तेव्हा केदार आम्हाला तिथेच भेटला. चार दिवस काही संपर्क झाला नाही तर हालचाल कर, असे मी त्याला सांगितले होते. त्यानुसार तो आम्हाला शोधत भोजबासला आला होता. आमची भेट होताच त्याने गळ्यात पडून ख्यालीखुशाली विचारली व अभिनंदन केले. माझी थेलू मोहीम यशस्वी झाली होती. पुढे मी केलेल्या रेकीच्या आधारावर गिरिप्रेमीने २००१मध्ये सुदर्शन मोहीम आखली व यशस्वी केली.

■ ■ ■

पर्वतांचा राजा
हिमालय

उंचीचे
वलय

जगभरातच उंचीचे वलय विलक्षण आहे. सर्वांत उंच इमारत, सर्वांत उंच पुतळा, सर्वांत उंच पूल इत्यादींचा मोठा गवगवा नेहमीच होत असतो. उंची म्हटले की डोळ्यांपुढे काय येते असे विचारले, तर माझ्यासारखे अनेक जण म्हणतील एव्हरेस्ट. उंचीचे, भव्यतेचे परिमाण म्हणजे एव्हरेस्ट. या एव्हरेस्टच्या उंचीविषयी अनेकांना कुतूहल आहे. २०१२मध्ये आयोजित गिरिप्रेमीच्या 'पुणे-एव्हरेस्ट २०१२' मोहिमेच्या तयारीनिमित्त व मोहिमेच्या यशस्वीतेनंतर महाराष्ट्रभरच नव्हे, तर भारतभर झालेल्या विविध कार्यक्रमांच्या निमित्ताने, गप्पागोष्टींच्या निमित्ताने जेव्हा लोक भेटायचे, तेव्हा त्यांच्या डोळ्यांत-बोलण्यात-अगदी देहबोलीतदेखील एव्हरेस्टविषयी असलेले कुतूहल आणि जिज्ञासा मी नेहमीच अनुभवली आहे. अगदी चौथी-पाचवी इयत्तेत असलेल्या चिमुरड्या शाळकरी मुलामुलींनी ते थेट सहस्रचंद्रदर्शन अनुभवलेल्या ८१-८२ वर्षांच्या आजोबांपर्यंत अनेक जण एव्हरेस्टच्या उंचीविषयी खूप प्रश्न विचारायचे, अगदी अजूनही विचारतात.

'एव्हरेस्ट खरेच एवढे उंच आहे का हो', 'एव्हरेस्टची उंची ८ हजार मीटरपेक्षा जास्त आहे, म्हणजे ८ किलोमीटर एवढेच अंतर जावे लागते का' असे अनेक बाळबोध प्रश्नदेखील आम्हा गिर्यारोहकांना लोकांनी विचारले आहेत. हे उंचीचे वलय अद्भुतच आहे.

हिमाच्छादित शिखरांनी नटलेली पर्वतरांग ही नक्कीच विलोभनीय दिसते. उंचच उंच शिखरांच्या माथ्यांवर पहाटेच्या सोनकिरणांनी न्हाऊन निघालेला हिमालय अनुभवताना होणारा आनंद शब्दातीत आहे.

सुदैवाने गेल्या ४० वर्षांत या हिमशिखरांचा जवळून अनुभव घेता आला. अगदी उत्तरेतील लडाखपासून ईशान्येतील सिक्कीमपर्यंत. इथे शिखरांचा प्रवास सुरू होतो, अगदी २ हजार मीटर उंचीपासून आणि संपतो, ८,८४८ मीटर उंच एव्हरेस्टपर्यंत. छोट्या टेकड्यांपासून अफाट हिमशिखरांनी हिमालय नटलेला आहे. येथे ८ हजार मीटरपेक्षा उंच असलेली १४ शिखरे आहेत. विशेष म्हणजे हिमालय वगळता जगातील इतर कोणत्याही पर्वतरांगेत ८ हजार मीटर किंवा त्यापेक्षा उंच शिखरे आढळून येत नाहीत. या चौदा शिखरांसोबत हिमालयात ७ हजार मीटरपेक्षा उंच अशी तब्बल शंभरहून अधिक शिखरे हिमालयात वसली आहेत. त्यामुळे 'जगातील सर्वांत तरुण पर्वतरांग' असे बिरुद असलेला हिमालय जगातील सर्वांत उंच पर्वतरांग म्हणूनदेखील ओळखला जातो.

चीनच्या बाजूने होणारे माउंट एव्हरेस्टचे दर्शन

माउंट एव्हरेस्ट आणि माउंट नुप्त्से

हिमालयातील उंचीचे अप्रूप फार पूर्वीपासून आहे. भारतीय उपखंड जेव्हा ब्रिटिशांच्या आधिपत्याखाली होता, तेव्हापासून हिमालयात असलेल्या विविध शिखरांची उंची मोजण्यासाठी 'द ग्रेट ट्रिग्नोमेट्री सर्व्हे ऑफ इंडिया'सारख्या शास्त्रीय पद्धतींचा वापर करण्यात येत असे. एकोणिसाव्या शतकातील पूर्वार्धात याच पद्धतीद्वारे हिमालयातील चिरपरिचित शिखरांची उंची मोजण्यात आली. १८५०पर्यंत नेपाळ-भारत सीमेवर सिक्कीम राज्यात वसलेले व ८,५८६ मीटर उंच असलेले माउंट कांचनजुंगा हेच जगातील सर्वोच्च शिखर होते. मात्र, कांचनजुंगापेक्षाही उंच शिखरे हिमालयात आहेत, असा तज्ज्ञांचा अंदाज होता. ट्रिग्नोमेट्री पद्धतींचा वापर करून नेपाळ-तिबेटच्या सीमेवर वसलेल्या एका दुर्गम शिखराची उंची ही कांचनजुंगापेक्षा अधिक, म्हणजेच ८,८४८ मीटर इतकी नोंदविण्यात आली. त्या वेळी या शिखरासंदर्भात कोणतेही दस्तऐवज नसल्याने त्याचे नाव 'माउंट XV' असे करण्यात आले व जगातील सर्वांत उंच शिखर म्हणून त्याची नोंद करण्यात आली.

सगळ्या जगाला एव्हरेस्टचे आकर्षण आहे, त्याच्या उंचीमुळे. जेव्हा १९५३मध्ये सर एडमंड हिलरी व शेर्पा तेनसिंग नोर्गे यांनी पहिल्यांदा एव्हरेस्ट शिखरचढाई यशस्वी

केली, तेव्हा पुन्हा एकदा 'एव्हरेस्ट शिखराची नेमकी उंची किती?' हा प्रश्न ऐरणीवर आला. १९५४मध्ये करण्यात आलेल्या 'सर्व्हे ऑफ इंडिया'च्या माध्यमातून माउंट एव्हरेस्ट शिखराची नेमकी उंची ८,८४८ मीटर किंवा २९,०२९ फूट एवढी निश्चित करण्यात आली व तीच ९ डिसेंबर २०२०पर्यंत एव्हरेस्टची अधिकृत उंची म्हणून ग्राह्य धरण्यात येत होती. दरम्यानच्या काळात इटली, अमेरिका, चीन इत्यादी देशांनी केलेल्या सर्व्हेत काही फुटांनी कमी-जास्त करत एव्हरेस्टची उंची मोजण्यात आली; मात्र अधिकृतपणे एव्हरेस्टची उंची ही ८,८४८ मीटर अथवा २९,०२९ फूट एवढीच ग्राह्य धरण्यात येत होती. एव्हरेस्टच्या उंचीबाबत अनेकदा प्रश्नचिन्ह उभे केले गेले, अनेक चर्चा घडल्या. भूकंपानंतर एव्हरेस्टची उंची कमी होते, तर भूगर्भातील इतर हालचालींमुळे एव्हरेस्टच्या उंचीत काही सेंटीमीटरने दर वर्षी वाढ होते, असे गृहीतक शास्त्रज्ञांनी मांडले. एव्हरेस्टची उंची ग्राह्य धरताना सर्वांत वरचा खडकाळ भाग हे टोक मानावे, की त्यावर असलेले हिमदेखील ग्राह्य धरावे, याविषयी शास्त्रज्ञ व गिर्यारोहक यांच्यात आजही मतांतरे आहेत. एव्हरेस्ट किंवा इतर अनेक शिखरमाथ्यांवर असलेले हिमदेखील चर्चेचा एक मोठा विषय आहे. अतिउंचीमुळे हे हिम वितळत नाही. वर्षानुवर्षे तसाच असतो.

नेपाळमध्ये एव्हरेस्टची उंची हा भावनिक विषय आहे. त्यांच्यासाठी एव्हरेस्ट हे राष्ट्रीय प्रतीक आहे. एव्हरेस्ट ही नेपाळची प्रमुख ओळख आहे. त्यामुळे एव्हरेस्टविषयी कमालीची आत्मीयता येथे बघायला मिळते. एव्हरेस्ट शिखरावर, त्याच्या उंचीला असलेल्या वलयावर संपूर्ण नेपाळची अर्थव्यवस्था तरलेली आहे, असे म्हटले तर अतिशयोक्ती होणार आहे. त्यामुळे एव्हरेस्टची उंची ही कमी झालीच नाही किंवा होऊच शकत नाही, अशी भावना नेपाळमध्ये आहे. खरे तर एव्हरेस्टनंतर उंचीनुसार क्रमांक लागतो तो *माउंट के-२* या शिखराचा. पाकव्याप्त काश्मीरमध्ये स्थित के-२ या शिखराची उंची ८,६११ मीटर, म्हणजे एव्हरेस्टपेक्षा तब्बल २३७ मीटरने कमी आहे. एव्हरेस्टची उंची इतक्या मोठ्या प्रमाणात कमी होऊच शकणार नाही. जगातील सर्वांत उंच शिखराचे बिरुद हे एव्हरेस्टलाच असणार आहे, तरीदेखील उंचीमध्ये येणारा काही फुटांचा फरक हा अनेकांसाठी भावनिक मुद्दा आहे.

नेपाळमधील भावनांचा विचार करता, तसेच गेल्या काही दशकांमध्ये घडलेल्या भौगोलिक घटनांमुळे २०२०मध्ये नेपाळ व चीन यांनी संयुक्तपणे एव्हरेस्टची उंची मोजण्याची मोहीम हाती घेतली व ८ डिसेंबर २०२० रोजी एव्हरेस्टची नवीन उंची जाहीर केली, ती आहे २९,०३२ फूट किंवा ८,८४८.८६ मीटर. म्हणजे पूर्वीच्या उंचीपेक्षा ८६ सेंटीमीटरनी किंवा ३ फुटांनी अधिक. सर्वसाधारणपणे बघितल्यास हा काही फार मोठा फरक नाही; पण गिर्यारोहण जगतामध्ये, नेपाळमध्ये याला अनन्यसाधारण महत्त्व आहे.

या नवीन उंची मोजण्याच्या मोहिमेने एव्हरेस्टचे 'एव्हरेस्टपण' अबाधित ठेवले, नव्हे तर आणखी दृढ केले. सोबतीला हेदेखील स्पष्ट केले की, पूर्वीच्या काळी उपकरणांची कमतरता, आधुनिक तंत्रज्ञान यांची अनुपलब्धता असतानादेखील केवळ गणितीय पद्धतीने, शिखरचढाई न करतादेखील मोजलेली एव्हरेस्टची उंची अचूकच होती.

अशा घटनांनी खरे तर आमच्यासारख्या गिर्यारोहकांच्या ध्येयावर वेगळा असा काही परिणाम होत नाही. आम्हाला फक्त ध्यास असतो, तो शिखरचढाईचा व सुखरूप उतराईचा. फक्त येथून पुढे एव्हरेस्ट शिखरचढाई केल्यावर शब्दशः 'नवी उंची' गाठली जाईल, एवढे मात्र नक्की.

■ ■ ■

एव्हरेस्ट मॅरेथॉन!

नोव्हेंबर-डिसेंबर-जानेवारी या थंडीच्या दिवसांत आपल्याकडे मॅरेथॉन स्पर्धांची रेलचेल असते. पुणे मॅरेथॉन, मुंबई मॅरेथॉन या मोठ्या स्पर्धांसोबतच अनेक छोट्या-मोठ्या मॅरेथॉन स्पर्धा महाराष्ट्रातच नव्हे, तर भारतभर भरत असतात. कधी निधी उभारणीसाठी, कधी निसर्गाच्या रक्षणासाठी, तर कधी समाजातील विविध घटकांना सामावून घेण्यासाठी नानाविध मॅरेथॉन स्पर्धा भरवण्यात येतात. जगभरात या मॅरेथॉन स्पर्धांचे प्रचंड वेड आहे. अशाच एका अनोख्या मॅरेथॉन स्पर्धेचा अनुभव मला घेता आला, तेही जगातील सर्वांत उंच शिखर असलेल्या 'माउंट एव्हरेस्ट'च्या पायथ्याशी.

२९ मे १९५३मध्ये सर एडमंड हिलरी व शेर्पा तेनसिंग नोर्गे यांनी जगातील सर्वोच्च शिखर असलेल्या 'माउंट एव्हरेस्ट'वर पहिले मानवी पाऊल ठेवले व इतिहास घडवला. २९ मे हा ऐतिहासिक दिवस जगभरामध्ये 'एव्हरेस्ट डे' म्हणून साजरा केला जातो. याच दिवशी एव्हरेस्ट बेस कॅम्पवर एक अनोखी मॅरेथॉन स्पर्धा भरवली जाते. ६० कि.मी.ची अल्ट्रामॅरेथॉन, ४२ कि.मी.ची फुल मॅरेथॉन, २१ कि.मी.ची हाफ मॅरेथॉन अशा तीन विभागांत ही स्पर्धा होते. कोणत्याही वयोगटातील सुदृढ व्यक्ती या मॅरेथॉन स्पर्धेत सहभागी होऊ शकते. 'नेपाळ सरकार'ची अधिकृत मान्यता असलेली ही मॅरेथॉन स्पर्धा

५,३६४ मीटर उंच असलेल्या एव्हरेस्ट बेस कॅम्पहून सुरू होते व खुम्बू खोऱ्यातील शेर्पांच्या पारंपरिक चढाई पायवाटांवरून मार्गक्रमण करत संपन्न होते.

जगातील कठीण मॅरेथॉन स्पर्धांच्या यादीत 'एव्हरेस्ट मॅरेथॉन'चा वरचा क्रमांक लागतो. हिमवृष्टी होणाऱ्या खुम्बू आइसफॉल्ससारख्या कठीण भौगोलिक प्रदेशातून सुरू होणारी मॅरेथॉन वरच्या उंचीवर सुरू होऊन, खालच्या उंचीवर संपते. २००३पासून या मॅरेथॉनचे दर वर्षी आयोजन केले जाते.

स्थानिक शेर्पा या मॅरेथॉनमध्ये मोठ्या संख्येने सहभागी होतात. इतर ठिकाणी होणाऱ्या ४२ कि.मी.च्या नेहमीच्या मॅरेथॉनपेक्षा एव्हरेस्ट मॅरेथॉन पूर्ण करण्यास तुलनेने अधिक कालावधी लागतो. दर वर्षी एव्हरेस्ट बेस कॅम्पवर जशी एव्हरेस्ट शिखरचढाई करणाऱ्या गिर्यारोहकांची लगबग असते, अगदी तशीच लगबग 'एव्हरेस्ट डे'जवळ येताच देशविदेशातील मॅरेथॉनर्सची दिसून येते. मॅरेथॉनच्या आधी परिपूर्ण तयारी करण्यासाठी, अतिउंचीवरील हवामानाशी एकरूप होण्यासाठी अनेक धावपटू सराव करण्यासाठी खुम्बू खोरे अक्षरशः पालथे घालतात. या मॅरेथॉनशी संबंधित एक विलक्षण आठवण आहे.

२०१२मध्ये गिरिप्रेमीच्या आठ गिर्यारोहकांनी जगातील सर्वोच्च शिखर असलेल्या 'माउंट एव्हरेस्ट'वर तिरंगा फडकविला व भारतीय गिर्यारोहण इतिहासातील नवीन अध्याय रचला. या वेळी गिरिप्रेमीच्या संघातील तीन आघाडीच्या गिर्यारोहकांना काही ना काही कारणांमुळे शिखरचढाई करण्यात यश आले नव्हते. या तिघांना घेऊन मी पुन्हा एकदा २०१३मध्ये एव्हरेस्टचे स्वप्न उराशी ठेऊन बेस कॅम्पला आलो होतो. २०१२मध्ये ज्यांना शिखरचढाई करण्यात यश आले नव्हते, त्यात भूषण हर्षे याचादेखील समावेश होता. सुमारे ६,४०० मीटर उंचीवर असलेल्या कॅम्प-२च्या वर गेल्यावर भूषणला छातीत दुखत असे. या छातीच्या दुखण्यामुळे व छोटासा अपघात झाल्याने त्याला २०१२ला मोहीम अध्र्यावर सोडावी लागली. या मोहिमेनंतर वर्षभर आम्ही त्याच्या अतिउंचीवरील छातीच्या दुखण्याचे निदान करण्याचा प्रयत्न पुणे व दिल्ली येथे केला. अनेक तज्ज्ञांना, डॉक्टरांना दाखवले; पण तरीसुद्धा भूषणला अतिउंचीवर गेल्यावर छातीमध्ये का दुखते याचे ठोस निदान झाले नाही.

पुण्यात असताना मात्र त्याला कुठलाच छाती दुखण्याचा त्रास होत नव्हता. त्याचे सगळे मेडिकल रिपोर्ट्स चांगले येत असत.

आम्ही जेव्हा २०१३मध्ये पुन्हा एकदा एव्हरेस्ट चढाईसाठी बेस कॅम्पला आलो, तेव्हा परत कॅम्प-२ला पोहोचल्यावर कॅम्प-३च्या वाटेवर असताना भूषणने छातीमध्ये पुन्हा त्याच ठिकाणी खूप दुखत आहे, असे सांगितले. तेव्हा मात्र मी थोडा घाबरलो होतो. त्याच वेळी बेस कॅम्पवर भारतीय सैन्यदलाचा संघदेखील एव्हरेस्ट चढाईसाठी आला होता. या संघातील अनुभवी डॉक्टरांना भेटून आम्ही भूषणला होत असलेला त्रास सांगितला. त्यांनी भूषणला संपूर्ण तपासले आणि सांगितले, ''या ठिकाणी कोणतीही वैद्यकीय साधनसामग्री नसल्याने असे का होत आहे, याचे नेमके निदान करणे कठीण आहे.'' वैद्यकीय सल्ल्यानुसार मोहीम सोडून परत जाणे, हेच त्याच्या तब्येतीसाठी हितावह होते. परंतु एव्हरेस्ट चढाईची त्याची तीव्र इच्छा पाहून डॉक्टरांनी थोडा धोका पत्करून अजब सल्ला दिला. ते म्हणाले, ''भूषण, तू उद्या सकाळी बेस कॅम्पहून धावायला सुरुवात कर, खालच्या भागात असलेल्या गोरक्षेपपर्यंत जा आणि पुन्हा धावत परत बेस कॅम्पला ये. आमचा एक सैनिक एव्हरेस्ट मॅरेथॉनचा सराव करतो आहे, त्याला सोबत घेऊन जा. जेणेकरून काही लागलंच तर त्याची मदत होईल.'' डॉक्टरांचा हा सल्ला ऐकून मी

थोडा चिंतित झालो आणि विचारले, ''या धावपळीत भूषणला काही झाले तर?'' त्यावर डॉक्टर उत्तरले, ''या धावपळीत भूषणला काही त्रास झाला, तर त्याला मोहीम अध्यर्धावर सोडण्याशिवाय पर्याय नाही. आणि त्रास नाही झाला, तर एव्हरेस्ट चढाईचा त्याचा मार्ग मोकळा.'' सर्व परिस्थितीचा अंदाज घेऊन मी भूषणच्या 'मॅरेथॉन'ला होकार दिला.

दुसऱ्या दिवशी सकाळी भूषण व सैन्यदलातील सैनिक यांनी धावण्यास सुरुवात केली. भूषण काही तासांत गोरक्षेपला जाऊन बेस कॅम्पला परतला व डॉक्टरांसमोर उभा राहिला. एव्हरेस्ट मिनी मॅरेथॉनच जणू त्याने पूर्ण केली होती. भूषणचा वेग बघता डॉक्टरही चकित झाले. सोबतीचा सैनिक कुठे आहे विचारल्यावर, तो अजून बराच मागे असेल असे भूषणने सांगितले. डॉक्टरांनी सुचवलेली ही अजब मेडिकल टेस्ट भूषणने पूर्ण केली होती. त्यामुळे डॉक्टरांनी भूषणला एव्हरेस्ट चढाई करण्याची पूर्ण परवानगी दिली व सोबत एक गोळीदेखील हातात ठेवली. मला तर काही उमजलेच नाही. मी मुद्दामहून डॉक्टरांना नेमके काय झाले, हे विचारले. तेव्हा त्यांच्या उत्तराने मी अवाक् झालो. ते म्हणाले, ''इतक्या उंचीवर, इतक्या कमी प्राणवायूच्या प्रदेशात जवळजवळ मिनी मॅरेथॉन इतके अंतर वेगाने पूर्ण करणे कठीण आहे. त्यासाठी पायांत बळ तर असावेच लागते, सोबतीला तुमचा 'कार्डिऑक फिटनेस'ही उत्तमच हवा. जर भूषणला काही कार्डिऑक, अर्थात हृदयाचा त्रास असता, तर या धावण्यात कोसळून पडला असता. असे काही झाले नाही, म्हणजेच तो संपूर्णपणे एव्हरेस्ट चढाईसाठी तयार आहे.'' डॉक्टरांच्या या स्पष्टीकरणानंतर मला काही क्षण सुचलेच नाही. भूषण तंदुरुस्त आहे, यात नक्कीच समाधान वाटले. तरीही न राहवून मी डॉक्टरांना विचारले, ''तो तंदुरुस्त आहे, तर मग गोळी कशासाठी?'' तेव्हा डॉक्टर म्हणाले, ''अतिउंचीवर पुन्हा काही त्रास झाला तर रिस्क नको, म्हणून ही गोळी!'' डॉक्टरांच्या या वाक्यांनी माझ्या मनातील चिंता काही अंशी तशीच राहिली. सुदैवाने काही दिवसांनी भूषण व सोबतीला आनंद माळी व गणेश मोरे या गिरिप्रेमीच्या तीन शिलेदारांनी एव्हरेस्टवर यशस्वी चढाई करून भारताचा तिरंगा पुन्हा एकदा जगातील सर्वोच्च शिखरमाथ्यावर फडकवला व मोहीम फत्ते केली.

भूषणने प्रत्यक्षपणे 'एव्हरेस्ट मॅरेथॉन'मध्ये भाग घेतला नसला, तरी 'एव्हरेस्ट'चे स्वप्न पूर्ण करण्यासाठी 'मॅरेथॉन कष्ट' घेतले, एवढे मात्र नक्की.

■ ■ ■

पवित्र
नंदादेवी

हिमालयात देवतांचा अधिवास आहे, अशी स्थानिकांची व इतर विविध लोकांची ठाम समजूत आहे. हिमालयातील विविध शिखरे ही देवी-देवतांच्याच नावाने ओळखली जातात. अगदी माउंट एव्हरेस्ट या जगातील सर्वोच्च शिखरालादेखील देवासमानच मानतात. नेपाळमधील स्थानिक लोक एव्हरेस्टला *'चोमोलुंग्मा'* किंवा *'सगरमाथा'* असे संबोधतात. याचा अर्थ एव्हरेस्ट म्हणजे *जगन्माता* असा होतो. भारतीय हिमालयात तर अशी अनेक शिखरे आहेत, ज्यांचा पुराणात संदर्भ आढळतो. यांतीलच एक शिखर म्हणजे माउंट नंदादेवी.

उत्तराखंड राज्यातील चमोली जिल्ह्यात ऋषीगंगा व्हॅलीत नंदादेवी शिखर समूह आहे. यात दोन शिखरांचा समावेश होतो. एक नंदादेवी शिखर, तर दुसरे सुनंदादेवी. नंदादेवी शिखराची उंची ही ७,८१६ मीटर आहे आणि सुनंदादेवी या शिखराची उंची ७,४३४ मीटर आहे. सुनंदादेवी या शिखराची ओळख नंदादेवी-पूर्व शिखर अशीदेखील आहे. या दोन्ही शिखरांचा संदर्भ भगवद्गीतेत आढळतो. या दोन्ही शिखरांवर नंदा व सुनंदा या देवींचा अधिवास आहे, असे मानले जाते. त्यामुळे स्थानिक या दोन्ही शिखरांना अतिशय पवित्र मानतात.

नंदादेवी शिखर समूह हा गिर्यारोहकांसाठी नेहमीच आव्हानात्मक राहिला आहे. सध्या उंचीनुसार जगातील तेविसाव्या क्रमांकाचे असलेले नंदादेवी शिखर १८००मध्ये जगातील सर्वोच्च शिखर म्हणून ओळखले जात होते.

पुढे इतर शिखरांचा शोध लागल्यावर नंदादेवी शिखराचा उंचीनुसार क्रमांक खाली येत गेला. उंची कमी असली, तरी येथील आव्हाने ही भेदक आहेत. या दोन्ही शिखरांचे कडे हे अतिशय उंच व तीव्र आहेत, येथे चढाई करावयाची असल्यास अक्षरशः काटकोनातील हिमभिंतीवर चढाई करावी लागते. १९३६मध्ये पहिल्यांदा नंदादेवी शिखरचढाई यशस्वी झाली. नोएल ओडेल व बिल टिलमन यांनी नंदादेवी शिखरमाथा गाठण्यात यश मिळविले. त्यानंतर अनेक वर्षे कित्येक दिग्गज गिर्यारोहक या शिखरावर चढाई करण्यासाठी झटत राहिले, मात्र कोणालाही यश मिळाले नाही. भारतीय सैन्यदलाने १९५७ व १९६१ असे दोन असफल प्रयत्न केले. शेवटी १९६४मध्ये कर्नल नरेंद्र कुमारांच्या नेतृत्वाखाली पहिली भारतीय व शिखरावरील दुसरी मोहीम यशस्वी झाली. १९५१मध्ये फ्रेंच संघातील गिर्यारोहकांनी नंदादेवी व सुनंदादेवी या दोन शिखरांना जोडणाऱ्या रिजने चढाई करण्याचा प्रयत्न केला. त्यात अपघात होऊन दोन गिर्यारोहकांचा मृत्यू झाला व पुढे मोहीम अर्धवट राहिली. या मोहिमेत दिग्गज गिर्यारोहक व एडमंड हिलरींच्या साथीने जगातील सर्वोच्च शिखर असलेल्या माउंट एव्हरेस्टवर सर्वांत प्रथम चढाई करणारे शेर्पा तेनसिंग नोर्गे मदतनीस सदस्य म्हणून सहभागी झाले होते. पुढे अनेक वर्षांनी आठवणींना उजाळा देताना तेनसिंग नोर्गे सांगायचे की, नंदा-सुनंदादेवी या जोडपर्वत शिखरांवरील मोहीम ही त्यांच्या आयुष्यातील सर्वांत कठीण गिर्यारोहण मोहीम होती, अगदी एव्हरेस्टपेक्षाही कठीण. येथे असणाऱ्या आव्हानांची सर कोणत्याच दुसऱ्या शिखरांना येणार नाही, असेही ते सांगायचे.

माझा नंदादेवी पर्वतशिखराचा पहिला संबंध आला, बेसिक माउंटेनीयरिंग कोर्सच्या वेळी. उत्तरकाशी येथे असलेल्या नेहरू इन्स्टिट्यूट ऑफ माउंटेनीयरिंग येथे माझा कोर्स होता. १९८५ची गोष्ट. मी वीस वर्षांचा तरुण व नवोदित गिर्यारोहक होतो. त्यामुळे हिमालयातील मोहिमांचे मला आकर्षण होते. त्या वेळी रतनसिंग चौहान हे आमचे प्रशिक्षक होते. १९८०मध्ये त्यांनी नंदादेवी शिखरावर यशस्वी चढाई केली होती. मोहिमेतील साधे पोर्टर ते भारतातील ख्यातनाम गिर्यारोहक असा लौकिक त्यांनी कमावला होता. ते नंदादेवी शिखर मोहिमेचे किस्से आम्हाला रंगवून सांगत असत. शिखरचढाईच्या शेवटच्या टप्प्यात अगदी घोड्यावर बसल्याप्रमाणे रिजच्या दोन्ही बाजूंनी पाय सोडून त्यांना चढाई करावी लागली. त्यात मानसिक व शारीरिक कस तर लागलाच, सोबतीला

दोन्ही मांड्या अक्षरशः सोलून निघाल्या, असे रतनसिंग आम्हाला सांगत असत. त्यांची सांगण्याची पद्धत इतकी रंजक व वेधक होती, की एखादा किस्सा पुन्हा सांगितला तरी तेवढाच रंजक वाटायचा. त्यांच्या सांगण्यातून माझ्या डोळ्यांसमोर नंदादेवी पर्वत शिखर समूह अक्षरशः उभा राहत असे. या शिखरावर एकदा तरी मोहीम करायला मिळावी, असे माझे स्वप्न होते; मात्र ते काही पूर्ण झाले नाही. येणाऱ्या काळात गिरिप्रेमीचे शिलेदार नंदादेवीचे आव्हान स्वीकारतील व यशस्वी होतील, असा विश्वास आहे.

नंदादेवी शिखरसमूहाशी आणखी एक रंजक कथा जोडली गेली आहे. भारताचे गुप्तचर खाते व अमेरिकेची संस्था सीआयए यांनी संयुक्त विद्यमाने न्यूक्लिअर पॉवर्ड टेलिमेट्री रिले लिसनिंग डिव्हाइस नंदादेवी शिखरमाथ्यावर बसविण्यासाठी १९६५ ते १९६८ अशी तीन वर्षे कसून प्रयत्न केले. चीनच्या शिंजियांग प्रांतात चालू असलेल्या मिसाईल टेस्टिंगची माहिती मिळविण्यासाठी हे डिव्हाइस बसवण्याचा मानस होता. मात्र, अतिशय खराब हवामान व नंदादेवी पर्वत शिखरावरील आव्हाने यांमुळे ते डिव्हाइस शिखरमाथ्याच्या जवळ सोडण्यात आले. पुढे त्या डिव्हाइसशी संपर्क होऊ न शकल्याने त्याचा शोध घेण्याची मोहीम आखण्यात आली, ज्यात यश आले नाही. या कारणामुळे नंदादेवी शिखरसमूहाच्या पायथ्याशी असलेले नंदादेवी अभयारण्य सर्वांसाठीच अनेक वर्षे बंद होते.

नंदादेवी-सुनंदादेवी या पर्वतशिखरांना स्थानिक लोक अतिशय पवित्र मानतात. नवरात्री उत्सवात या देवतांचे विशेष पूजनदेखील केले जाते. या दोन्ही देवता कडक असून मानवाच्या चुकांची शिक्षा प्रकोपातून देतात, अशी स्थानिकांची गाढ श्रद्धा आहे. याच वर्षी नंदादेवी शिखर परिसरातील हिमनदी प्रसरण पावल्याने धौलीगंगा व ऋषीगंगा नद्यांना महापूर आला, ज्यामध्ये धौलीगंगा नदीवरील रेनी गावात असलेले जलविद्युत केंद्र वाहून गेले, तसेच १४०हून अधिक लोकांचा यात मृत्यू झाला. या घटनांमध्ये देवीचा प्रकोप होता, असे स्थानिकांना वाटते.

नंदादेवी व सुनंदादेवी पर्वतशिखरे ही नितांत सुंदर आहेत. तेथे देवीचा अधिवास असतो... यावर मतमतांतरे असतीलही, मात्र ही दोन्ही शिखरे त्यांच्या नावाप्रमाणे व ओळखीप्रमाणे अतिशय आनंद व समृद्ध करणारी शिखरे आहेत.

■ ■ ■

नयनरम्य गंगोत्री

विस्तीर्ण पसरलेल्या हिमालयाची विविध रूपे आहेत. लेह-लडाखमध्ये असणारा हिमालय आणि सिक्कीम परिसरात आढळणारा हिमालय हा संपूर्णपणे वेगळा आहे. येथील भौगोलिक सौंदर्य विभागानुसार बदलतेच, सोबतीला येथील इतिहास, लोकांचे जीवनमानदेखील बदलत जाते. हिमालयातील असाच रंजक व नयनरम्य परिसर म्हणजे गढवाल हिमालयातील गंगोत्री.

गंगा नदीचे उगमस्थान असलेल्या गंगोत्री परिसर गढवाली लोकांचे माहेरघर. हिंदू धर्मात पवित्र मानल्या जाणाऱ्या चार धाम यात्रेतील प्रमुख केंद्रेदेखील याच परिसराच्या आसपास आहेत. त्यामुळे ऐतिहासिक व भौगोलिक महत्त्वांसोबत गंगोत्री परिसर हा धार्मिकदृष्ट्यादेखील तेवढाच महत्त्वाचा आहे. समुद्रसपाटीपासून ३,०४२ मीटर उंचीवर असलेल्या गंगोत्रीला गंगामातेचे मंदिर आहे. धार्मिकदृष्ट्या महत्त्वाचे असलेल्या व चार धामपैकी असलेल्या गंगामातेच्या मंदिरापर्यंत जाण्यासाठी रस्ता आहे. त्यामुळे भाविक मोठ्या प्रमाणावर येथे गर्दी करतात. या मंदिराच्या निर्मितीची कथादेखील तेवढीच सुरस आहे. सतराव्या शतकापर्यंत सेमवाल पुजारी बांधव गंगेच्या प्रवाहाची पूजा करत असे. अठराव्या शतकात जेव्हा गढवाल हिमालयाचे गुरखा सेनापती अमरसिंह थापा हे नेपाळमधून

गंगोत्री येथील गंगामातेचे मंदिर

गंगोत्री परिसरात भेटीसाठी आले, तेव्हा स्थानिक पुजाऱ्यांच्या आग्रहास्तव त्यांनी गंगामातेचे मंदिर उभारले. भगीरथाने गंगा पृथ्वीवर आणण्यासाठी ज्या ठिकाणी बसून तप केले, त्याच ठिकाणी हे मंदिर उभारले आहे. या मंदिराला हिंदू धर्मीयांमध्ये विशेष महत्त्व आहे.

गोमुख मात्र गंगोत्रीपासून १८ किलोमीटर दूर असून तेथे पोहोचण्यासाठी ट्रेकिंग करत जावे लागते. गंगोत्री हिमनदीच्या मुखाशी गंगेचा उगम होतो, हे उगमस्थान गोमुख म्हणून ओळखले जाते. गंगोत्री हिमनदी ही हिमालयातील प्रमुख हिमनद्यांपैकी एक असून ३० किलोमीटर लांब व २ ते ४ किलोमीटर रुंद आहे. या हिमनदीची घनता ही २७ घनकिलोमीटरहून अधिक आहे.

गंगोत्री हिमनदी परिसर हा चंचल असून यात सतत बदल घडत असतात. गेल्या काही वर्षांत झालेल्या तापमानबदलाचा मोठा परिणाम या हिमनदीवर झाला आहे.

१९८६मध्ये मी पहिल्यांदा गंगोत्री परिसरात आलो होतो, तेव्हा गंगोत्री हिमनदी आजच्या तुलनेत खूप कमी प्रमाणात वितळलेली होती. आता या हिमनदीची दिशादेखील बदलत चालली आहे. यांमुळे या हिमनदीतून ट्रेकिंग करत जाणे- येणे धोक्याचे ठरते आहे. या परिसरात असलेल्या अनेक हिमशिखरांच्या पायथ्याशी जाण्यासाठी गंगोत्री हिमनदीचा आधार घ्यावा लागतो; मात्र हिमनदीत होणाऱ्या बदलांमुळे हिमशिखरांच्या पायथ्याशी जाणारी वाट धोकादायक बनत चालली आहे.

पंचमुखी महादेव मंदिर

गोमुखहून उगम पावलेली गंगा नदी ही सुरुवातीच्या टप्प्यात भागीरथी नदी म्हणून ओळखली जाते. पुढे देवप्रयाग येथे भागीरथी व अलकनंदा नदीचा संगम होऊन पुढे या नदीला गंगा असे संबोधतात. भागीरथी नदीचे पात्र विस्तीर्ण असून प्रचंड वेगाने नदी पर्वतांमधून वाट काढत खालच्या दिशेला वाहते. या नदीच्या परिसरात असलेला निसर्ग हा अनुभवण्यासारखा आहे. येथे असलेला सप्ततालचा ट्रेक तर डोळ्यांचे पारणे फेडतो. याच परिसरात असलेल्या शिनोली गावात पंचमुखी महादेवाचे मंदिर आहे, जे संपूर्ण उत्तराखंड राज्यातील एकमेव पंचमुखी महादेव मंदिर आहे. गढवाल हिमालयाच्या परिसरात *बद्रीनाथजी*, *केदारनाथजी*, *यमुनोत्री* व *गंगोत्री* अशी हिंदूंची श्रद्धास्थाने असलेली महत्त्वाची मंदिरे आहेत. ही सर्वच मंदिरे उंचीवर, पर्वतांच्या सान्निध्यात वसलेली आहेत. हिवाळी दिवसांमध्ये येथे मोठ्या प्रमाणावर हिमवृष्टी होत असल्याने नोव्हेंबर ते मे या हिवाळी दिवसांत ही मंदिरे बंद असतात. दिवाळीला या सर्व मंदिरांमध्ये पूजा होते व पुढील काही महिन्यांसाठी येथील देव खालच्या भागात येऊन राहतात, अशी समजूत आहे. पुन्हा अक्षय्य तृतीयेच्या दिवशी ही मंदिरे अधिकृतपणे भाविकांसाठी खुली होतात. दिवाळी ते अक्षय्य तृतीया या काळात केदारनाथजी जोशी मठ येथे, यमुनोत्री खरसली येथे, गंगोत्री मुखवा येथे तर बद्रीनाथजी उखी मठ येथे मुक्कामासाठी येतात. सदर ठिकाणी या सर्व देवांची यथासांग पूजा-अर्चा होते व उन्हाळ्यात पुन्हा एकदा आपल्या मूळ ठिकाणी हे देव विराजमान होतात.

गंगोत्री परिसरात असलेली नेलॉन्ग व्हॅली पर्यटकांचे आकर्षण केंद्र आहे. २०१५मध्ये नेलॉन्ग व्हॅली पर्यटनासाठी खुली करण्यात आली, त्याआधी तब्बल ६० वर्षे सामान्य नागरिकाला या परिसरात जाण्याची मुभा नव्हती. आजही विदेशी नागरिकांना नेलॉन्ग व्हॅलीला भेट देण्याची परवानगी नाही. हा परिसर तिबेट सीमेपासून

गरतांग गली येथील व्यापारी मार्ग

अवघ्या ४० किलोमीटरवर आहे. सुरक्षिततेच्या दृष्टीने हा परिसर संवेदनशील असल्याने येथे जाण्यासाठी पूर्वपरवानगी आवश्यक असते. भैरवघाटी येथे असलेल्या भारतीय सैन्यदलाच्या चौकीपासून २०-२२ किलोमीटर पुढे गेल्यावर नेलॉन्ग व्हॅलीत प्रवेश करता येतो. ११ हजार फुटांवर वसलेल्या व्हॅलीतून मनमोहक व विस्तीर्ण पसरलेले तिबेट पठार अगदी सुस्पष्ट पाहता येते. याच परिसरात असलेल्या *गरतांग गली* येथून प्राचीन काळात तिबेटमध्ये व भारतामध्ये व्यापार होत असे. या व्यापारी मार्गाच्या खुणा आजही दीडशे वर्षांनंतर येथे पाहण्यास मिळतात. मी ऑगस्ट २०२१च्या शेवटच्या आठवड्यात याच प्राचीन व्यापारी मार्गावर गेलो होतो. या ठिकाणी आता प्राचीन लाकडी मार्ग पुनर्जीवित केला आहे. सुदैवाने मी तिथे पोहोचलो, त्याच्या एक दिवस आधीच उत्तराखंड राज्याचे माजी मुख्यमंत्री हरीश रावत यांच्या हस्ते या मार्गाचे उद्घाटन करण्यात आले होते.

एका बाजूला असलेल्या अजस्र हिमालयाच्या दगडामध्ये लाकूड खोचलेले आहे व त्याला खालच्या बाजूने आधार दिला आहे. पायरीप्रमाणे या लाकडांची रचना असून लाकडाचा ७५ टक्के भाग हा अधांतरी आहे. देवदारच्या भक्कम लाकडापासून बनवलेला हा मार्ग दोनशे वर्षांपूर्वी गरतांग गल्लीमध्ये असलेल्या प्राचीन मार्गाचे आधुनिक रूप आहे. एक-दोन किलोमीटर लांबीच्या मार्गावरून चालत जाणे, हे एक प्रकारचे थ्रिलच आहे. एका बाजूला भव्य हिमालय तर दुसऱ्या बाजूला काही शे फूट खोल दरी व त्यातून वाहणारी भागीरथी नदी... हा संपूर्ण प्रवास रोमांचकारी व धडकी भरवणारा आहे. १५०-२०० वर्षांपूर्वी जेव्हा व्यापारी आपला माल घेऊन येथून मार्गस्थ होत असत, तेव्हा त्यांना काय अडचणींना सामना करावा लागत असेल, याची कल्पनाच करवत नाही.

गढवाल हिमालयातील गंगोत्री परिसर हा आम्हा गिर्यारोहकांनादेखील आकर्षित करतो. या परिसरात असलेली शिखरे अफाट आहेत. येथे दिसणाऱ्या हिमालयाचे भव्य रूप पाहून धडकी भरते. गढवाल हिमालयात आले, की माझ्यासमोर नाशिक परिसरातील सह्याद्री डोळ्यांसमोर उभा राहतो. अलंग-मदन-कुलंगसारखे अजस्र सह्यकडे जसे दिसतात, अगदी तसाच भव्य हिमालय येथे दिसतो. हा हिमालय आम्हा गिर्यारोहकांची सर्वच पातळ्यांवर कसोटी पाहतो. त्यामुळे येथे गिर्यारोहण मोहीम आखणे व त्यात यश मिळवणे हा वेगळाच आनंद असतो. सुदैवाने हा आनंद एक गिर्यारोहक म्हणून मला नुकताच एकदा नव्हे, तर दोनदा घेता आला. आम्हा गिरिप्रेमीच्या संघाने माउंट मंदा-१ या ६,५१० मीटर उंच शिखरावर यशस्वी चढाई केली. या शिखरावर खडतर मार्गाने होणारी ही पहिलीच चढाई होती. या मोहिमेच्या यशस्वीतेनंतर अवघ्या दहा दिवसांत गिरिप्रेमीच्या मुलींच्या संघाने माउंट गंगोत्री-१ या ६,६७२ मीटर उंच शिखरावर भारतीय तिरंगा फडकावीत भारतीय स्वातंत्र्याचे अमृत महोत्सवी वर्ष अभिनव रूपात साजरे केले.

गंगामातेचे प्राचीन मंदिर असलेला, ऋषी-मुनींचे, साधू-संतांचे वर्षानुवर्षे हक्काचे घर असलेला, गौरीकुंड-सूर्यकुंडसारखे निसर्गाचे आविष्कार असलेला, अविस्मरणीय हिमशिखरांचे माहेरघर असलेला गढवाल हिमालयातील गंगोत्री परिसर हा धार्मिक पर्यटकांना, आम्हा गिर्यारोहकांना, सर्व स्थानिकांना नेहमीच आकृष्ट करतो. विविध रूपांतून विलोभनीय, विलक्षण व नयनरम्य वाटणाऱ्या गंगोत्री परिसराला एकदा भेट दिली, की आपण त्याच्या प्रेमात पडल्याशिवाय राहत नाही.

■　■　■

पर्वतदिन

खरे तर पर्वत हे मानव प्रजातींसाठी वरदान आहेत. जगभर पसरलेल्या विस्तीर्ण पर्वतरांगा या मानवाच्या अन्न-पाणी-ऊर्जा यांच्या बहुतांश गरजा भागवतात. पर्वतांचे मानवी जीवनात अनन्यसाधारण महत्त्व आहे. त्यामुळे पर्वतांप्रति ऋण व्यक्त करणे हे मानवाचे कर्तव्यच आहे. त्यामुळे पर्वतांचे महत्त्व अधोरेखित करणारा, पर्वतांना साजरा करणारा दिवस हा आपल्या सर्वांसाठी अतिशय महत्त्वाचा आहे. तरीदेखील आपल्यातील अनेकांना पर्वतदिनाचे औचित्य माहीत नाही, हे खेदपूर्वक नमूद करावेसे वाटते.

'व्हॅलेंटाईन डे', 'फादर्स डे', 'मदर्स डे' यांसारखे विविध दिवस कधी आहेत, हे कोणालाही विचारले की लगेच उत्तर मिळते. मात्र त्याच वेळी *'पर्वतदिन'* कधी आहे असे विचारले, तर मात्र अनेकांना त्याबद्दल माहितीच नसते. पर्वतदिन हादेखील आपल्या आयुष्यात खूप महत्त्वाचा आहे. आपली सजीव सृष्टी प्रत्यक्ष-अप्रत्यक्ष पर्वतांशी निगडित आहे, त्यामुळे पर्वतांचे जतन करण्यासाठी, पर्वतांचे महत्त्व अधोरेखित करण्यासाठी २००३पासून 'संयुक्त राष्ट्रसंघा'ने ११ डिसेंबर हा *'आंतरराष्ट्रीय पर्वतदिन'* म्हणून साजरा करण्याचे ठरवले. संयुक्त राष्ट्रसंघाचा अन्न व कृषी संघटन विभाग हा दिवस मोठ्या उत्साहात जगभरामध्ये साजरा करतो. यासाठी दर वर्षी एक

विषय निवडला जातो व त्या 'थीम'वर आधारित पर्वतांप्रति ऋण व्यक्त केले जाते. आम्हा गिर्यारोहकांसाठी तर हा दिवस एखाद्या सणाप्रमाणे असतो. मात्र, हा दिवस मर्यादित समूहापर्यंत न राहता सर्वव्यापी होणे, ही काळाची गरज आहे. म्हणूनच ज्यांच्या निसर्गाप्रति जाणिवा-नेणिवा जिवंत आहेत, अशा सर्वांनी पर्वतांप्रति असणारी आस्था जपली पाहिजे, समृद्ध केली पाहिजे, किंबहुना त्याचा योग्य प्रसार केला पाहिजे.

> *पर्वतांचे आपल्या आयुष्यामध्ये अनन्यसाधारण महत्त्व आहे. पर्वत हे सजीव सृष्टीच्या केंद्रस्थानी आहेत, असे म्हटले तरी वावगे ठरणार नाही.*

दुर्मीळ वनस्पती, फुले, फळे, प्राणी, पक्षी यांचा अधिवास हा पर्वताच्या सान्निध्यात सापडतो. जीवनदायी नद्या, पाण्याचे स्रोत यांचा उगम हा पर्वतांतच. अगदी पाऊस पडण्यासाठी आवश्यक असलेला वारा हा पर्वतांमुळेच अडतो. हिमालयासारखे पर्वत उत्तरेकडून येणाऱ्या अतिथंड वाऱ्यांना थांबवतात, म्हणूनच भारतीय उपखंडात सजीव सृष्टी - मानवी आयुष्य बहरू शकले. असा हा पर्वत मानवासाठी खूप महत्त्वाचा आहे; मात्र आपण या पर्वतांचे अक्षरशः लचके तोडले आहेत. आपल्या गरजा भागवण्यासाठी पर्वतच्या पर्वत भुईसपाट केले आहेत, पर्वतांतून निघणाऱ्या नद्या प्रदूषित केल्या आहेत, हवेतील प्रदूषणाबद्दल तर बोलायलाच नको, इतकी प्रचंड वाढ त्यात झालेली आहे. पर्वत हे निसर्गाचा खजिना आहेत, त्यांचा वापर नक्कीच केला पाहिजे; पण त्याकरिता आपण नेमके कुठे थांबले पाहिजे, याची जाण असणे अत्यंत गरजेचे आहे. पर्वतांवर आणखी अभ्यास झाला पाहिजे, येथे असणाऱ्या प्रचंड नैसर्गिक साधनसंपत्तीबद्दल संशोधन झाले पाहिजे, पर्वत हे फक्त उपभोगाचे साधन न राहता आपल्या आयुष्याचा भाग बनवणे आवश्यक आहे; मात्र आपण पर्वतांचा ऱ्हास करण्याच्या मागे लागलो आहोत, हे कुठेतरी थांबणे आवश्यक आहे. यासाठी आपणच पुढाकार घेऊन उपाययोजना करायला हव्या, असे मला वाटते.

पर्वतांचे संवर्धन करण्याविषयी माझी हिमालयातील एक विलक्षण 'आठवण आहे. मी जेव्हा १९८७मध्ये हिमालयन इन्स्टिट्यूट ऑफ माउंटेनियरिंग, दार्जिलिंग येथे 'ॲडव्हान्स माउंटेनीयरिंग कोर्स'ला होतो, तेव्हा आमच्या बॅचचे वरिष्ठ प्रशिक्षक म्हणून रतनसिंह चौहान कार्यरत होते. रतनसिंह हे मूळचे गढवाल हिमालयातले. उत्तराखंड

(तेव्हाचे उत्तर प्रदेश) येथील गंगोत्री भागात त्यांचे गाव होते. रतनसिंह यांचे पर्वतांप्रति असलेले प्रेम हे शब्दांत व्यक्त करण्याच्या पलीकडे होते. मानव प्रजातीने पर्वतांची, निसर्गाची प्रचंड हानी केली आहे, असे त्यांचे स्पष्ट मत होते. यासाठी काहीतरी करायला हवे, या भावनेतून गंगोत्री ते गोमुख या वाटेवर रतनसिंह यांनी स्थानिक वृक्षांची लागवड केली. त्यासाठी त्यांनी भौगोलिक परिस्थितीचा अभ्यास केला, भविष्याचा वेध घेतला व त्यातून जमिनीची धूप थांबावी, जंगलांमध्ये देशी झाडांची संख्या वाढावी, या हेतूने अविरत काम केले. ३० वर्षांपूर्वींचा गंगोत्री-गोमुख परिसर व आजची परिस्थिती यांत कमालीचा सकारात्मक बदल आहे. हा बदल मी स्वतः अनुभवला आहे, डोळ्यांनी पाहिला आहे. रतनसिंहांच्या या प्रयत्नांतून गंगोत्री परिसरातील निसर्गाचे संवर्धन तर झालेच, सोबतीला येथील पर्यटन वाढीस लागण्यासदेखील हातभार लागला. रतनसिंहांची संकल्पना पुढे जाऊन केंद्र सरकारच्या पर्यावरण व वन विभागाच्या 'हिमालयातील पर्यटनाचा व गंगोत्री परिसरातील तीर्थयात्रेचा विकास' याचा भाग बनली. याचा फायदा पर्वतांच्या परिसरातील निसर्गाचा व पर्यायाने त्यातून निर्माण होणाऱ्या पर्यटनाचा शाश्वत विकास करण्यात झाला. केंद्र सरकारच्या या प्रकल्पाचा भाग असलेल्या डॉ. *हर्षवंती बिश्त* या प्रसिद्ध गिर्यारोहिका नुकत्याच 'इंडियन माउंटेनीयरिंग फाउंडेशन' या गिर्यारोहण क्षेत्रातील देशातील शिखर संस्थेच्या पहिला महिला अध्यक्षा बनल्या आहेत, हादेखील एक योगायोगच आहे.

शेवटी मला एवढेच सांगावे वाटते की, पर्वत हे श्रेष्ठ आहेत, अनादी काळापासून मानवी जीवन फुलवण्यात पर्वतांचा मोठा वाटा आहे. त्यांच्या आधारानेच येथील चराचर सृष्टी फुललेली आहे. पर्वतांच्या असण्यानेच या सृष्टीचा जीवनपट नीट चालू आहे. आपण आहोत, कारण पर्वत आहेत. म्हणूनच आपण निर्धार करू या, 'पर्वतांना वाचवू या, पर्वतांना जगवू या!'

■ ■ ■

असाही
हिमालय

एकांगी
हिमालय!

हिमालयाची रूपे अनेक आहेत. त्यांतील काहीसे रूक्ष, काहीसे भीतिदायक रूप हे सामान्य जनतेला काहीसे अपरिचितच आहे. स्थानिक लोक आणि हिमालयात काळ-वेळ-ऋतू न पाहता भटकंती करणाऱ्या लोकांना मात्र हे रूक्ष व भीतिदायक रूप मात्र अनेक वेळा बघायला मिळते.

हिमालयात असणारे ऋतू हे मानवाला अचंबित करतात. येथील उन्हाळा हा अतिशय प्रसन्न व विलोभनीय असतो, आणि हिवाळा तेवढाच रूक्ष व एकसुरी. डिसेंबर-जानेवारी-फेब्रुवारी महिन्यात हिमालयात होणारी हिमवृष्टी ही इतकी प्रचंड असते, की नवीन माणसाला धडकी भरेल.

हिवाळ्यातील तीन महिन्यांत येथील वातावरण अतिशय त्रासिक असते. डोंगराळ भागात राहणाऱ्या अनेक लोकांची दोन घरे आहेत. नऊ महिने ते डोंगरात राहतात आणि हिवाळ्याचे तीन महिने खालच्या भागात उभारलेल्या घरात. बरे, पायथ्याशी घर असले म्हणजे सर्व काही सुरळीत असेदेखील नसते. या तीन महिन्यांच्या रेशन-इंधनाची सोय हिवाळ्याच्या सुरुवातीलाच लावावी लागते. चुकून जरी त्याचे नियोजन बिघडले, तर खाण्यापिण्याचे प्रश्न उपस्थित होऊ शकतात. त्यात संपर्क यंत्रणा चालू असेलच याची

खात्री नसते. हिमाचल प्रदेशाच्या मनालीजवळील प्रिनी गावात आमचा खेमराज ठाकुर नावाचा एक गिर्यारोहक मित्र वास्तव्यास आहे. डिसेंबरमध्ये तो जेव्हा पुण्यात येतो, तेव्हा येथील हवामान-जीवनमान बघून दर वेळी म्हणतो, "तुम्ही खूप भाग्यवान आहात, आम्हाला तर पिण्याच्या पाण्याची भ्रांत असते.'' मीदेखील ही परिस्थिती अनुभवली आहे. काही वेळा हिवाळी दिवसांत हिमालयात गेले असता तेथील लोक जगण्याच्या प्राथमिक गोष्टींसाठी झगडताना मी पाहिले आहे. असे कष्टप्रद जगणे या लोकांनी अंगीकारले असून येथून पुढच्या जीवनातील तो अविभाज्य भाग आहे, असेच ते म्हणतात.

मी जेव्हा हिवाळ्यातील हिमालय पहिल्यांदा अनुभवला होता, तेव्हा अंगावर काटा आला होता. इतर वेळी मनमोहक आणि सुंदर दिसणारा हिमालय एकसुरी, सगळीकडे हिमच हिम आणि त्यात मिट्ट अंधार बघून काहीशी भीती वाटली. निसर्गाच्या अशा दोन टोकांच्या रूपांचा अनुभव मनावर खोल रुजला आहे.

हिमालयाच्या अशा एकांगीपणाचा मला काही वेळा सामना करावा लागला. त्यांतील सर्वांत आठवणीत राहणारा क्षण म्हणजे २०१३ची एव्हरेस्ट मोहीम. २०१२च्या 'एव्हरेस्ट' यशानंतर गिरिप्रेमीच्या तीन बिनीच्या शिलेदारांना घेऊन आम्ही पुन्हा एकदा २०१३ला एव्हरेस्टचे आव्हान स्वीकारले होते. या तिन्ही गिर्यारोहकांचे एव्हरेस्टचे स्वप्न काही ना काही कारणामुळे २०१२मध्ये पूर्ण झाले नव्हते. मलादेखील अनेक वर्षांचे एव्हरेस्टचे स्वप्न पूर्ण करायचे होते. संपूर्ण मोहीम सुरळीत पार पडत होती. अंतिम शिखरचढाईला निघाल्यानंतर कॅम्प-३च्या पुढे वातावरण बदलण्यास सुरुवात झाली. वाऱ्याचा वेग जो तशी ४० ते ५० किलोमीटर असतो, तो ८०-१००च्या पुढे सरकला होता. वाऱ्याशी झुंजत आम्ही कसेबसे ८ हजार मीटर उंचीवर असलेल्या कॅम्प-४ला पोहोचलो. साऊथ कोल नावाच्या जागेवर वसलेला कॅम्प-४ हा 'डेथ झोन' म्हणूनच ओळखला जातो. इथे हवेतील प्राणवायूचे प्रमाण १-२ टक्के इतके कमी असते. तापमान उणे ४० ते उणे ६० अंश सेल्सियस इतके कमी असते. त्यामुळे येथे असणारी थंडी ही हाडे गोठवणारी असते. त्यात वाऱ्याचा वेग ठीक असेल, तर गिर्यारोहक कॅम्प-४ला काही तास विश्रांती घेऊन पुढे अंतिम शिखरचढाईला जातात. आमचीही योजना अशीच होती. मात्र कॅम्प-४ला पोहोचल्यावर वाऱ्याचा वेग प्रचंड वाढला. आम्ही चौघे व आमचे शेर्पा साथीदार कसेबसे आपापल्या तंबूत विसावलो. वाऱ्यामुळे तंबू इतका फडफडत होता, की आम्हाला शेजारी बसलेल्या व्यक्तीचे बोलणे ऐकू येत नव्हते. त्यात जर वाऱ्याच्या वेगाने तंबू फाटला, तर आम्ही उघड्यावर पडलो असतो आणि नक्कीच हिमसमाधी मिळाली असती. अशा वातावरणात आम्हाला रात्र काढावी लागली. प्रत्येक क्षणाला १९९६च्या अपघाताची आठवण येत होती. त्या वेळी याच साऊथ कोलला असेच ताशी १२० किलोमीटर वेगाने वाहणारे हिमवादळ आल्याने दिग्गज गिर्यारोहकांना जीव

गमवावा लागला होता. आमच्यावर अशी वेळ येऊ नये म्हणून आम्हाला देवाचा धावा करण्याशिवाय गत्यंतर नव्हते. एव्हरेस्ट शिखर दृष्टिक्षेपात होते; मात्र जवळपास ३६ तास ८ हजार मीटर उंचीवरील डेथ झोनमध्ये काढल्याने कृत्रिम प्राणवायूचा आधार आम्हाला घ्यावा लागला. त्यातून नवीन प्रश्न उभा राहिला. शिखरचढाई यशस्वी करून पुन्हा खाली परत येण्यासाठी आवश्यक सिलेंडर्सपेक्षा आमच्याकडे कमी सिलेंडर्स होते. पुन्हा बेस कॅम्पला जाऊन सिलेंडर्स घेऊन येणे अशक्य होते. परिस्थितीचा अंदाज घेऊन आमच्या शेर्पा सरदाराने एक पर्याय सुचवला. आम्हा चौघांपैकी एक जण व त्याचा शेर्पा जोडीदार खाली परत गेला, तर इतरांना शिखरचढाई यशस्वी करता येईल. मी क्षणाचाही विलंब न करता 'खाली जायचे असेल तर मी जाईन' असे घोषित केले. मी मोहिमेचा नेता होतो. माझ्यासोबत असलेल्या तरुण गिर्यारोहकांची माझ्यावर जबाबदारी होती. त्यांची शिखरचढाई यशस्वी होणे, माझ्यापेक्षा महत्त्वाचे होते. माझ्यासाठी भावनेपेक्षा कर्तव्य श्रेष्ठ होते. त्यामुळे मी एव्हरेस्ट शिखरमाथ्याला नमन करून खाली परतलो. माझ्या साथीदारांनी पुढील काही तासांत एव्हरेस्ट चढाई यशस्वी करत आनंदाची बातमी दिली व मोहीम यशस्वी झाली.

हिमालय हा संयमाची परीक्षा पाहतो. ही परीक्षा जर आपण पास झालो, तर नंतर मिळणारे यश, मिळणारा आनंद हा शब्दातीत असतो. २०१६मध्ये आम्ही जेव्हा च्यो ओयू या जगातील सहाव्या उंच शिखरावरील मोहिमेसाठी तिबेटमध्ये गेलो होतो, तेव्हा आमच्या संयमाची चांगलीच परीक्षा पाहिली. एक तर मोहिमेच्या सुरुवातीपासूनच आम्हाला सगळ्या गोष्टींसाठी गरजेपेक्षा जास्त वेळ लागत होता. तिबेटचा भाग चीनच्या आधिपत्याखाली असल्याने येथे चीनचा व्हिसा आवश्यक होता. या व्हिसाने आम्हाला चांगलेच झुंजवले. आठवडाभर आम्ही हातावर हात ठेवून काठमांडूत बसून होतो. व्हिसा मिळाला, सोबत नियमांची एक खूप मोठी यादी हातात पडली. त्या नियमांचे पालन करत आम्ही ल्हासा-टिंगरी-च्यो ओयू बेस कॅम्प हा प्रवास करताना एकूण वातावरण हे वेगळेच होते. आसपास असणारी सगळे लोक काहीसे दडपणाखाली आहेत, असेच वाटत राहिले. हे सगळे बाजूला सारून आम्ही बेस कॅम्पवर, आमच्या दुसऱ्या घरी जेव्हा पोहोचलो ; तेव्हा मोहीम, शिखरमाथा व त्यांची आव्हाने यांत गढून गेलो. मात्र दुसऱ्याच दिवशी आमचे स्वागत केले तुफानी हिमवर्षावाने. इतकी वर्षे मी हिमालयात येत आहे, मात्र च्यो ओयू बेस कॅम्पवर झालेला हिमवर्षाव हा वेगळाच होता. त्याची तीव्रता व संततधार परीक्षा पाहणारी होती. आम्हाला तंबूमधून बाहेर पडण्याची सोय नव्हती. पाच फूट बाय तीन फूट इतक्या छोट्या तंबूत बसून आम्ही तब्बल सात दिवस काढले. बाहेर नैसर्गिक विधीसाठी जाणे ही फार मोठी कसरत असायची. त्यात सतत होणारा हिमवर्षाव तंबूच्या आजूबाजूला हिमाचे थर उभे करतो. त्यात तंबू गाडला जाऊ नये म्हणून सतत तंबूवर येणारे हिम बाजूला करावे लागते. ही संपूर्ण कसरत करत असताना तंबूच्या बाहेर पाहिले, की सर्वत्र दिसत होते ते एकसुरी हिम व हिमाचे थर. सकाळी सहा असो की दुपारी तीन, दिवसभर पांढरे हिम, दुसरे काहीच नाही. रात्री या हिमवर्षावाचा आवाज... असे वातावरण आम्ही सलग सात दिवस अनुभवले. या सात दिवसांत हवामानात कोणताही बदल झाला नाही. त्यामुळे शिखरचढाई तर पुढे ढकलावी लागलीच, सोबत मनात एक रूक्ष भावना जागृत करून गेली. आम्ही ब्रह्मविद्या, ध्यानधारणा यांच्या आधारे मन संपूर्णतः सकारात्मक ठेवतो, तरीही एकसुरी वातावरण काहीशी मरगळ नक्कीच घेऊन येते.

आपल्या हिमालयाचे असे भीषण, अंगावर काटे आणणारे रूप पाहून भीती वाटली. अशा वेळी कधीकधी आपल्या आवडीचा हिमालय चक्क रूक्ष वाटला. हिमालय हा असाच आहे; तो जेवढे प्रेम करतो, तेवढाच रागावतोही. आपण कळत-नकळत केलेल्या चुकांवर तो रागावला असेल, असा विचार त्या वेळी करून पुन्हा एकदा नव्याने हिमालयाच्याच कुशीत येण्याचे मनसुबे आखत आम्ही दर वेळी हिमालयाचा निरोप घेतला.

■　■　■

हिमालयातील
व्यवस्थापन

माझी हिमालयाशी नाळ जोडली गेली ती गिर्यारोहणामुळे. माझ्या संपूर्ण गिर्यारोहण प्रवासात हिमालयाचे स्थान सर्वोच्च आहे. हिमालयातील गिर्यारोहण मोहीम म्हटले, की सर्वांत पहिली गोष्ट करावी लागते, ती म्हणजे उत्तम तयारी आणि काटेकोर नियोजन. खरीखुरी पर्वतचढाई करण्याआधी तयारीचा डोंगर पार करावा लागतो. त्याची सुरुवात होते ध्येयापासून!

गिर्यारोहण, शिखरचढाई म्हटले, की सर्वांत आधी कोणत्या शिखरावर चढायचे हे ठरवावे लागते. शिखर कुठे आहे, त्याची उंची किती आहे, शिखर परिसराचा भूगोल, इतिहास, चढाईचे मार्ग, या आधी यशस्वी झालेल्या चढाया, अयशस्वी प्रयत्न अशी नानाविध माहिती गोळा करावी लागते. या माहितीचा सर्वंकष अभ्यास करावा लागतो, निष्कर्ष नोंदवावे लागतात, तज्ज्ञांशी बोलावे लागते, मिळेल तेवढी माहिती जमवावी लागते. यातून आपल्या ध्येयाचा मार्ग निश्चित करण्यात मदत होते.

पुढचे काम असते प्रत्यक्ष तयारीचे. गिर्यारोहण मोहिमेचा आवाका लक्षात घेऊन संघाची निवड केली जाते. यात तयारीचे गिर्यारोहक निवडावे लागतात. शिखर, गिर्यारोहक ठरले, की कामाचा डोंगर समोर उभा राहू लागतो. शिखर किती दुर्गम भागात आहे,

यावरून 'लॉजिस्टिक'ची सगळी जुळवाजुळव करावी लागते. बेस कॅम्पवर आणि प्रत्यक्ष मोहीम चालू असताना कॅम्प-१पासून ते शिखरमाथ्यापर्यंत गिर्यारोहक किती वेळ आणि कुठे थांबणार आहेत, याची इत्थंभूत तयारी करून अन्नपदार्थांची जुळवाजुळव करावी लागते. हिमालयातील अतिउंचीवर हवामान इतके तीव्र असते की, तेथील भौगोलिक परिस्थितीचा अंदाज घेऊन तयारी करावी लागते. बर्फापासून पाणी बनवण्यासाठी ब्युटेन गॅसवर चालणारे स्टोव्ह घेऊन जावे लागतात. ही तयारी मोहीम सुरू होण्याच्या कित्येक दिवस आधी करावी लागते.

हिमालयातील तीव्र हवामानाला अनुसरून हातमोजांपासून अतिउंचीवर घालण्यात येणाऱ्या डाऊनसूटपर्यंत सर्व सोबत घ्यावे लागते आणि वेळेत बेस कॅम्पपर्यंत पोहोचवावे लागते. २०१९च्या गिरिप्रेमीच्या कांचनजुंगा मोहिमेच्या वेळी गिरिप्रेमीचे दिनेश कोतकर व ओंकार हिंगे यांनी काही शे किलोंचे सामान रेल्वेने बागडोगरा व पुढे बेस कॅम्पजवळच्या गावात पोहोचवले होते. याची तयारी मोहिमेच्या ७-८ महिने आधीच सुरू झाली होती.

गिर्यारोहण मोहीम म्हटले, की रिस्क आलीच. यासाठी सर्वांत आधी इन्शुरन्स घ्यावा लागतो. सोबतीला आपत्कालीन परिस्थितीत, वेळेत, तातडीने मदत पोहोचावी, यासाठी रेस्क्यूची सोय आधीच करून ठेवावी लागते. मोहिमेच्या वेळी अचानक उद्भवणाऱ्या प्रसंगांना तोंड देण्यासाठी सर्वंकष तयारी करावी लागते. अशा मोहिमांचे बजेट हे अवाढव्य असते. वेळेत निधिउभारणी हे एव्हरेस्टवरील चढाईइतकेच कठीण काम पूर्ण करावे लागते. मी नेहमी म्हणतो, 'गिर्यारोहण मोहीम म्हणजे ६० टक्के नियोजन व ४० टक्के चढाई असे समीकरण आहे.' चढाई ही महत्त्वाची आहेच, पण काटेकोर नियोजनाशिवाय चढाई ही अशक्यच. याचा प्रत्यय आम्हाला २०१९च्या कांचनजुंगा मोहिमेच्या वेळी आला.

२०१९च्या आधी ८,५८८ मीटर उंच व जगातील तिसरे उंच शिखर असलेल्या कांचनजुंगावर केवळ ३६०च्या आसपास नागरिकांनी चढाई केली होती. एव्हरेस्टशी तुलना करायची झाल्यास, २०१९पर्यंत ७ हजारहून अधिक लोकांनी एव्हरेस्ट चढाई यशस्वी केली होती. थोडक्यात कांचनजुंगा शिखरचढाई ही अत्यंत आव्हानात्मक होती. हाताच्या बोटांवर मोजता येतील एवढ्याच मोहिमा कांचनजुंगा शिखरावर यशस्वी झाल्या होत्या. २०१४नंतर एकही मोहीम या शिखरावर यशस्वी होऊ शकली नव्हती. माउंट एव्हरेस्ट व माउंट के-२ शिखरचढाई यशस्वी केलेली नेपाळमधील सुप्रसिद्ध गिर्यारोहिका माया शेर्पा, तसेच सिंगापूरचे सुप्रसिद्ध साहसी क्रीडापटू तीन वेळा एव्हरेस्ट शिखरचढाई यशस्वी करणारे खु स्वी चाऊ या दोघांना कांचनजुंगा शिखराने २०१७ व २०१८मध्ये हुलकावणी दिली होती. खु स्वी व माया शेर्पा यांसारख्या तगड्या गिर्यारोहकांचा जर इथे कस लागत असेल, तर ही मोहीम आमच्यासाठीदेखील तेवढीच आव्हानात्मक ठरणार होती. या सर्वांचा विचार करता मी खूप आधीपासूनच कांचनजुंगा मोहिमेच्या तयारीला

लागलो होतो. खु स्वी व माया शेर्पा हे दोघेही माझे चांगले मित्र आहेत. त्यांच्याशिदेखील मी सतत चर्चा करत होतो. यातून मला कांचनजुंगा मोहिमेत येणाऱ्या अडचणी, समस्या जाणून घेता आल्या. त्या गृहीत धरून, त्यावर तोडगा काढण्यासाठी मी मास्टरप्लान तयार केला व त्यातून जो सर्वांत मोठा निष्कर्ष निघाला, तो म्हणजे मोहिमेची सूत्रे आपल्या हातात असली तरच ही मोहीम यशस्वी होईल.

नेपाळमध्ये असंख्य अतिउंचीवरील शिखरे आहेत. या शिखरांवर चढाई करण्यासाठी दर वर्षी असंख्य गिर्यारोहक येत असतात. यात कांचनजुंगा शिखर काही अपवाद नव्हते. म्हणजे आम्ही चढाईला गेलो, तर कांचनजुंगावर चढाई करणारा फक्त आमचाच संघ, असे होणार नव्हते. मोहिमेची सूत्रे आपल्या हातात राहतील, अशी शक्यतादेखील नव्हती. त्यामुळे ही सूत्रे आपल्या हातात ठेवायची असतील तर काय करता येईल, असा विचार करताना असे लक्षात आले की, आपला मोठा संघ मोहिमेवर असणे गरजेचे आहे, जेणेकरून मोहिमेची सूत्रे आपल्या हातात राहतील. सध्याच्या काळात अतिउंचीवरील शिखर मोहिमांमध्ये सांघिक मोहिमा आयोजित करण्याचे प्रमाण अत्यंत कमी झाले आहे. ते अगदी १० टक्क्यांवर आले आहे. त्यामुळे मोहिमेला मुख्यत्वे एकएकटे गिर्यारोहक येतात. त्यामुळे आम्ही असे ठरवले की, मोहिमेवर मोठा संघ घेऊन गेलो की आपोआप तेथील सूत्रे आपल्याकडे येतील. आम्ही दहा गिर्यारोहकांचा भलामोठा संघ घेऊन कांचनजुंगा मोहिमेवर गेलो. त्यामुळे आपसूक संपूर्ण मोहिमेची सूत्रे आमच्याकडे आली. यामुळे रूट ओपनिंगपासून ते बेस कॅम्प वाइंड-अप सर्वच जबाबदारी आमच्याकडे होती. ती आम्ही सक्षमपणे पार पाडू शकलो, कारण आमचे नियोजन काटेकोर होते. यांमुळे त्या वर्षी साठहून अधिक गिर्यारोहक कांचनजुंगा शिखरचढाई यशस्वी करू शकले. माया शेर्पा व खु स्वी यांनी 'गिरिप्रेमीमुळेच हे यश मिळाले' असे आवर्जून बोलून दाखवले, तर 'कांचनजुंगा शिखरचढाई करणारा पहिला चिलीचा नागरिक' असा बहुमान मिळवणारा *हर्नान लीन* तर बेस कॅम्पवर आल्यावर गळाभेट घेऊन अक्षरशः रडला. गिरिप्रेमीच्या दहाही गिर्यारोहकांनी शिखरचढाई यशस्वी करून नवा इतिहास रचला. हे शक्य होऊ शकले, कारण प्लॅनिंगही तेवढे दमदार होते.

गिर्यारोहण करताना दोन्ही हात व दोन्ही पाय यांचा वापर करावा लागतो. मात्र प्रत्येक स्टेपला या चारपैकी तीन अवयव गुंतलेले असतात व एक मोकळा असतो. या 'श्री पॉईंट ऑप्रोच'द्वारेच चढाई-उतराई शक्य असते. अगदी तसाच 'श्री पॉईंट ऑप्रोच' एकूणच गिर्यारोहण मोहिमांत वापरावा लागतो, तो म्हणजे 'प्लॅनिंग, प्रिपरेशन अँड एक्झिक्युशन!' ही त्रिसूत्री मी नेहमी पाळतो, म्हणूनच 'हिमालयातील मॅनेजमेंट' काटेकोर होऊ शकते.

■ ■ ■

माउंट
एव्हरेस्ट

जगातील सर्वोच्च शिखर

माउंट एव्हरेस्ट, जगातील सर्वोच्च शिखर. पृथ्वीचा तिसरा ध्रुवच. माउंट एव्हरेस्टचे वलय हे सर्वश्रुत आहे. जगातील असंख्य लोकांना एकदा तरी या माउंट एव्हरेस्टचे 'याची देही याची डोळा' दर्शन घ्यायचे असते. अनेकांना माउंट एव्हरेस्टच्या शिखरमाथ्याचे, जगातील सर्वोच्च शिखरावरून दिसणाऱ्या दृश्याबद्दल कुतूहल असते; तर अनेक ध्येयवेड्या गिर्यारोहकांना एव्हरेस्ट शिखरचढाई करण्याचा ध्यास असतो. हा ध्यास गेल्या शंभर वर्षांत अनेकांनी घेतला. त्यांतील काही हजार लोकांचे स्वप्न पूर्णदेखील झाले, काहींना अर्ध्यातून परतावे लागले, तर काही जणांनी एव्हरेस्टच्या कुशीतच चिरनिद्रा घेतली. एव्हरेस्टवर चढाई करण्याच्या स्वप्नवत प्रवासांमध्ये सर्वांत ठळक व महत्त्वाचा टप्पा म्हणजे मानवाने एव्हरेस्ट शिखरावर पहिल्यांदा ठेवलेले पाऊल. २९ मे १९५३ रोजी शेर्पा तेनसिंग नोर्गे व एडमंड हिलरी यांनी ८,८४८ मीटर उंच एव्हरेस्टवर पाऊल ठेवले. ही घटना म्हणजे उज्ज्वल भविष्याची नांदी होती; त्याचसोबत अनेक दशकांच्या परिश्रमांच्या यशाचे शिखरदेखील. त्यामुळेच हा दिवस जगभरामध्ये *'एव्हरेस्ट दिन'* म्हणून साजरा केला जातो.

'एव्हरेस्ट'चे नामकरण

१८५२पर्यंत जगातील सर्वोच्च शिखर म्हणून ८,५८६ मीटर उंच असलेल्या कांचनजुंगा शिखराची ओळख होती. मात्र 'द ग्रेट ट्रिग्नोमेट्रिक सर्व्हे ऑफ इंडिया'च्या माध्यमातून 'पीक *XV*' या शिखराची उंची ही जगामध्ये सर्वाधिक असल्याचे लक्षात आले. यामध्ये राधानाथ सिकदर या भारतीय गणितज्ञाने मोलाची भूमिका बजावली. राधानाथ यांनी गणितीय सूत्रांच्या आधारे 'पीक *XV*'ची उंची २९,००० फूट एवढी असल्याचे नमूद केले. शिखराच्या कोणत्याही स्थानिक नावाची नोंद नसल्याचे लक्षात आल्यानंतर 'द ग्रेट ट्रिग्नोमेट्रिक सर्व्हे ऑफ इंडिया'चे तत्कालीन प्रमुख अँड्रू स्कॉट वॉ यांनी भूसर्वेक्षण तज्ज्ञ व 'द ग्रेट ट्रिग्नोमेट्रिक सर्व्हे ऑफ इंडिया'चे दुसरे प्रमुख तसेच सर्वेक्षण कामाची खऱ्या अर्थाने मुहूर्तमेढ रोवणारे 'जॉर्ज एव्हरेस्ट' यांच्या कार्याला मानवंदना म्हणून 'एव्हरेस्ट' यांचे नाव 'रॉयल जिओग्राफिक सोसायटी'ला पत्र लिहून सुचवले. सुरुवातीला स्वतः जॉर्ज एव्हरेस्ट यांनी आपले नाव जगातील सर्वोच्च शिखराला देण्यास विरोध केला. सर्वाधिक उंचीचे शिखर जिथे वसले आहे, तेथील स्थानिक नाव असावे असा एव्हरेस्ट यांचा आग्रह होता. सरतेशेवटी १८६५मध्ये 'रॉयल जिओग्राफिक सोसायटी' या संस्थेने जगातील सर्वोच्च शिखराचे नाव हे 'माउंट एव्हरेस्ट' हेच असेल, असे जाहीर केले.

एव्हरेस्ट शिखरचढाई मोहिमांची मुहूर्तमेढ

१८९०मध्ये ब्रिटिश लष्करी अधिकारी सर फ्रान्सिस यंगहजबंड आणि चार्ल्स ब्रुस यांनी माउंट एव्हरेस्टवर मोहीम आयोजित करण्याचे ठरविले. एव्हरेस्ट शिखर अतिशय दुर्गम भागात वसले होते. तोपर्यंत स्थानिक तिबेटियन सोडून कोणीही शिखराच्या परिसरात फिरकलेदेखील नव्हते. तसेच नेपाळ व तिबेट त्या वेळी पाश्चात्त्य लोकांसाठी बंद होते. यावर काहीही तोडगा न सापडल्याने यंगहजबंड आणि चार्ल्स ब्रुस यांना आपली एव्हरेस्ट मोहीम सुरू होण्याधीच गुंडाळावी लागली. १९२०मध्ये तिबेटने एव्हरेस्ट परिसरात पूर्वपाहणी मोहिमेची अधिकृत परवानगी ब्रिटिशांना दिली. लेफ्टनंट कर्नल सी. व्ही. हॉवर्ड यांच्या नेतृत्वाखाली मोहीम आयोजित करण्यात आली. तिबेटच्या बाजूने एव्हरेस्टच्या पायथ्याशी जाण्याचा मार्ग या संघाने शोधलाच; त्याचसोबत रॉबबुक हिमनदीच्या पूर्वेकडे असणाऱ्या ६,७०० मीटर उंचीवरील एका खिंडीपर्यंत या संघाने मजल मारली. या खिंडीचे 'नॉर्थ कोल' असे नामकरण त्यांनी केले. प्रतिकूल वातावरणामुळे संघाला परत फिरावे लागले; पण या खिंडीतून संभाव्य चढाई मार्गाचे निरीक्षण गिर्यारोहक मॅलरी यांना करता आले. पहिल्याच मोहिमेत अपेक्षेपेक्षा अधिक यश मिळालेल्या ब्रिटिश संघाने लगेचच १९२२मध्ये पुन्हा एकदा एव्हरेस्टवर मोहीम आयोजित केली. या वेळी चढाई करण्याचा

निर्धार करूनच मोहीम तिबेटमध्ये दाखल झाली. संघाने ८,३२० मीटर एवढी उंचीदेखील गाठली. अंतिम चढाईचा शेवटचा एक प्रयत्न म्हणून मॉलरी, क्रॉफर्ड, सोमरवेल यांच्यासह चौदा शेर्पा साथीदार बेस कॅम्पहून निघाले; पण नॉर्थ कोलच्या अलीकडे झालेल्या एका मोठ्या हिमप्रपातामध्ये सात शेर्पांचा दुर्दैवी मृत्यू झाला, त्यामुळे मोहीम थांबवण्यात आली. १९२४मध्ये पुन्हा एकदा ब्रिटिश संघ तिबेटच्या बाजूने एव्हरेस्टवर चढाईसाठी सज्ज झाला. या मोहिमेत एरविन आणि मॉलरी या जोडीने ८ जून रोजी शिखरचढाईचा अंतिम प्रयत्न केला. मात्र यात दोघांचाही मृत्यू झाला. त्या दिवशी नील ओडेल यांनी या जोडगोळीला 'सेकंड स्टेप'च्या (एव्हरेस्ट शिखराच्या आधी असणारा उंचवटा) जवळ शेवटचे पाहिले होते. येथून शिखरमाथा काही अंतरावरच आहे. त्यांना जेव्हा ओडेल यांनी पाहिले, तेव्हा ते शिखरचढाई करून परतत होते, की शिखरमाथ्याकडे निघाले होते, याचा अंदाज बांधता येत नव्हता. त्या वेळी संपर्काची साधने अतिशय तुटपुंजी असल्याने एरविन व मॉलरी यांच्याशी संपर्क साधताच आला नाही. या मोहिमेच्या तब्बल ७५ वर्षांनंतर म्हणजे १९९९मध्ये मॉलरी यांचा मृतदेह सापडला. कदाचित १९२४मध्येच मॉलरी किंवा एरविनच्या रूपात एव्हरेस्टवर पहिले पाऊल पडले असेल. मात्र पुराव्याअभावी हे गूढ आजही कायम आहे. एव्हरेस्ट शिखरचढाईच्या इतिहासातील ही अतिशय निर्णायक मोहीम ठरली. एव्हरेस्ट शिखरमाथा गाठता येण्याचे बळ या मोहिमेने गिर्यारोहकांना दिले. यातून प्रेरणा घेऊन १९३३, १९३५, १९३६, १९३८ अशा विविध वर्षी ब्रिटिशांनी एव्हरेस्टवर चढाई करण्याचे असफल प्रयत्न केले. मात्र सर्वच लढवय्या गिर्यारोहकांना एव्हरेस्टने हूल दिली.

नवीन चढाईमार्गाचा शोध व एव्हरेस्ट शिखरमाथ्यावरील पहिली यशस्वी चढाई

दुसऱ्या महायुद्धामुळे १९३८नंतर मात्र संपूर्ण जगातच गिर्यारोहणाला मोठी खीळ बसली. त्यातच तिबेट व चीनमध्ये रक्तरंजित संघर्षाला सुरुवात झाली. त्यामुळे तिबेटच्या बाजूने एव्हरेस्ट चढाई करण्यावर बंधने आली. १९५०मध्ये जेव्हा नेपाळने आपल्या सीमा संपूर्ण जगासाठी खुल्या केल्या, तेव्हा एव्हरेस्ट चढाई करण्याच्या ध्येयांना बळ मिळाले. नेपाळच्या बाजूने मात्र एव्हरेस्ट चढाई मार्गाची काहीच माहिती उपलब्ध नव्हती. पुन्हा शून्यातून सुरुवात करावी लागणार होती. मात्र एव्हरेस्टच्या ध्येयाने झपाटलेल्या गिर्यारोहकांनी जिद्दीने मोहिमा आयोजित केल्या. १९५१मध्ये एरिक शिप्टन यांच्या नेतृत्वात एव्हरेस्ट शिखरचढाईचा प्रयत्न झाला. या मोहिमेत एडमंड हिलरी हे पहिल्यांदा सहभागी झाले होते. या संघाने निरीक्षणे नोंदवत खुम्बू हिमनदीतून मार्ग काढत एव्हरेस्टवर चढाई शक्य असल्याचे मत सर्वप्रथम नोंदवले. आजही याच मार्गाने एव्हरेस्टवर चढाई

सुरू आहे. १९५२मध्ये स्विस गिर्यारोहक एव्हरेस्ट शिखराच्या ध्येयाने नेपाळच्या बाजूने असणाऱ्या बेस कॅम्पवर आले. या वेळी लंबर्ट, फ्लोरी ऑबर्ट व शेर्पा तेनसिंग नोर्गे यांनी तब्बल ८,५३५ मीटर उंचीपर्यंत मजल मारली. शिखरमाथा अवघ्या ३०० मीटरवर असताना वेगाने वाहणाऱ्या वाऱ्यामुळे खाली परतावे लागले. स्विस संघ शिखरमाथ्याच्या अगदी जवळ जाऊन परत फिरला होता. त्यामुळे ब्रिटिशांसाठी एव्हरेस्ट शिखरचढाई राष्ट्रीय अस्मितेचा मुद्दा बनला. त्यामुळे १९५३मध्ये लगोलग ब्रिटिशांनी एव्हरेस्ट मोहीम आयोजित केली. या मोहिमेचे नेतृत्व जॉन हंट यांनी केले. १९५२मध्ये ८,५३५ मीटर उंचीपर्यंत चढाई मार्गाची माहिती असणाऱ्या शेर्पा तेनसिंग नोर्गे यांचा संघात समावेश करण्यात आला.

२९ मे १९५३ रोजी शेर्पा तेनसिंग नोर्गे व न्यूझीलंडचे एडमंड हिलरी यांनी एव्हरेस्टवर पाऊल ठेवले व इतिहास रचला. दोघांपैकी नेमके कोण पहिल्यांदा शिखरमाथ्यावर पोहोचले, हे शेवटपर्यंत दोघांनीही जाहीर केले नाही. दोघेही सोबतच चढलो, असेच त्यांनी नेहमी सांगितले. एक जण पहिला - एक जण दुसरा असे करून दोघांच्याही मेहनतीवर, कष्टावर पाणी फिरू न देण्याची एडमंड हिलरी, शेर्पा तेनसिंग नोर्गे यांची भावना होती.

एव्हरेस्टचे हवामान

एव्हरेस्टच्या शोधानंतर तब्बल १०० वर्षांनी व एव्हरेस्टवर चढाई करण्याचे स्वप्न सत्यात उतरवण्यासाठी केलेल्या पहिल्या प्रयत्नानंतर तब्बल ५० वर्षांनी मानवाला एव्हरेस्ट शिखरमाथा गाठता आला. एव्हरेस्ट हे शिखर जेवढे उंच आहे, तेवढेच ते दुर्गम आहे. आजदेखील नेपाळच्या बाजूने एव्हरेस्ट बेस कॅम्पवर जाण्यासाठी ट्रेक करत जावे लागते, अथवा थेट हेलिकॉप्टरने. जवळच्या विमानतळापासून तब्बल नऊ दिवस ट्रेक करत बेस कॅम्प गाठता येतो. कॅम्प-२वर असलेल्या वेस्टर्न कुम या पठारी भागात रात्रीचे तापमान असते उणे २० अंश सेल्सियस, तर उन्हाळ्यात (चढाईचा मोसम) दिवसा पारा तीस अंश सेल्सियसच्यावर जातो. काही तासांच्या अंतराने तब्बल ४० ते ५० अंशांनी हवामानात होणारा बदल गिर्यारोहकांची शारीरिक व मानसिक परीक्षा पाहतो. गिर्यारोहकांच्या परीक्षांची परिसीमा येते, आठ हजार मीटरहून उंच ठिकाणी. आठ हजार मीटर उंचीचा 'बॉलगेम'च वेगळा असतो. जगात आठ हजार मीटरहून उंच अशी फक्त चौदा शिखरे आहेत, त्यांत एव्हरेस्ट अर्थात सर्वोच्च आहे. या आठ हजार मीटर उंचीच्या वर असलेल्या परिसराला 'डेथ झोन' असे म्हणतात. कारण इथे हवेतील

ऑक्सिजनचे प्रमाण हे केवळ १ ते २ टक्के एवढे कमी असते. उणे ३० ते ४० अंश सेल्सिअस इतक्या कमी तापमानातील थंडी अक्षरशः हाडे गोठवणारी असते. नियमित होणारा हिमवर्षाव आणि सोबतीला असलेले जोराचे वारे गिर्यारोहकाच्या जिवावर बेतू शकतात. म्हणूनच एव्हरेस्ट शिखरावर चढाई करताना गिर्यारोहकांच्या शारीरिक त्याचसोबत मानसिक क्षमतांचा कस लागतो.

एव्हरेस्टजवळील हवामानातील बदल व पर्यावरण

हिमालयातील मोहिमांमध्ये, विशेषतः एव्हरेस्टसारख्या अष्टहजारी शिखर मोहिमांमध्ये जेटचा प्रवाह हा अतिशय महत्त्वाचा घटक आहे. हिमालयात जेटचा प्रवाह हा पश्चिमीय वाऱ्याच्या पट्ट्यात साधारणपणे समुद्रसपाटीपासून ८ ते १५ किलोमीटर उंचीवर पश्चिमेकडून पूर्वेकडे अतिवेगाने वाहणाऱ्या वाऱ्याचा पट्टा आहे, ज्यात वाऱ्याचा वेग ताशी ३०० ते जास्तीत जास्त ४०० किलोमीटर इतका प्रामुख्याने असतो. याची लांबी १,००० ते ४,००० किलोमीटर इतकी असून रुंदी साधारणपणे १०० किलोमीटर तर जाडी ५ किलोमीटर एवढी असते. इतक्या वेगाने व विस्तीर्ण अशा हवेच्या या पट्ट्यात मान्सूनच्या आगमनाने काहीसा बदल झाल्याने त्याचा फायदा हिमालयातील शिखर मोहिमांमध्ये होतो. मुख्यतः उप-उष्णकटिबंधीय जेटचा प्रवाह हिवाळ्यात हिमालयाच्या दक्षिण बाजूने वाहतो, तर मे-जूनच्या सुमारास जसा मान्सून बंगालच्या उपसागरात प्रवेश करतो, तसे जेटचे प्रवाह हिमालयाच्या उत्तरेकडे सरकतात. हे ज्या वेळेस उत्तरेकडे सरकतात, त्या वेळेस त्यांचा वेग ताशी ५० किलोमीटरपेक्षा कमी होतो व याच काही दिवसांना गिर्यारोहणाच्या भाषेत हवामानाची उघडीप किंवा 'वेदर विंडो' असे म्हणतात. सर्वच अष्टहजारी शिखर मोहिमांमध्ये ही वेदर विंडो तपासूनच कमीत कमी हवेचा वेग असलेले दिवस प्रत्यक्ष शिखरचढाईसाठी सुनिश्चित करणे, यासाठी हवामानाच्या अंदाज वर्तवणाऱ्या संस्थांच्या साहाय्याने तीन दिवसांपासून ते १०-११ दिवसांपर्यंत वाऱ्याचा, बर्फवृष्टीचा, वाऱ्याच्या दिशेचा, तसेच ढगाळ हवामानाचा अंदाज गिर्यारोहकाला होऊ शकतो. जेटच्या प्रवाहासोबतच समुद्राकडून येणारे पश्चिमी विक्षोभ, बंगालच्या उपसागरात व अरबी समुद्रात येणारे चक्रीवादळे, वायुराशी, प्रतिरोध पर्जन्य या सर्वांचाही अभ्यास करावा लागतो.

२०२१च्या एप्रिल महिन्याच्या शेवटच्या दोन आठवड्यांत हवेचा ताशी वेग २५ कि.मी.च्या खाली, जेटचा प्रवाह हिमालयावरून गायब झाला होता. अशा प्रकारचा जेटचा प्रवाह गायब होण्याचा प्रकार २०१८मध्ये सलग अकरा दिवस अनुभवता आला. पण हे कशामुळे होते, तर ते हवामानात दिवसेंदिवस होत चाललेल्या बदलामुळे. अरबी

समुद्रात आलेले 'तौक्ते' चक्रीवादळ व बंगालच्या उपसागरात आलेले त्या पाठोपाठचे 'यास' चक्रीवादळ यांनी या वर्षी अक्षरशः धुमाकूळ घातला. १५ मे ते १८ मे दरम्यान तौक्ते चक्रीवादळाचा फटका भारताच्या पश्चिम किनाऱ्यावर दिसला; परंतु यामुळे एव्हरेस्ट परिसरात १९ मेनंतर वाऱ्याचा वेग कमालीचा वाढला. साधारणपणे याच दरम्यान एव्हरेस्टवर याच दरम्यान दर वर्षी मोहिमा यशस्वी होतात. त्या पाठोपाठ २३ मे ते २६ मे २०२१ दरम्यान यास चक्रीवादळ ओडिसा किनारपट्टीवर असल्यामुळे २४ मे ते २६ मे दरम्यान एव्हरेस्ट शिखरमाथ्याजवळ वाऱ्याच्या वेग ४५ ते ६० किमी प्रतितास इतका होता. या दरम्यान काही गिर्यारोहक एव्हरेस्ट शिखरमाथ्यावर पोहोचलेदेखील; मात्र बहुतांश गिर्यारोहकांना हिमदंशाचा प्रादुर्भाव झाला. ही सर्व वाताहत होते, ती केवळ हवामान बदलामुळेच.

भारतातील काही हिमनद्यांच्या परिसरातदेखील हवामानबदलामुळे बरेचसे बदल झाल्याचेही गेल्या काही वर्षांत माझ्या निदर्शनास आले आहे. हिमनद्यांच्या वितळण्यामुळे हिमनदीच्या सरोवराचा आकार वाढत असून अशी सरोवरे फुटण्याची शक्यता निर्माण झाली आहे. याचा थेट धोका सरोवराखालील भागामध्ये असणाऱ्या नागरी वस्त्यांना आहे. धोकादायक सरोवरे शोधून त्यावर उपाययोजना करण्यासाठी शास्त्रज्ञ मोठ्या प्रमाणात काम करताना दिसत आहेत. सोलो खुम्बू म्हणजेच एव्हरेस्ट परिसरातील डिंगबोचेजवळील इम्जा सरोवरामुळे त्याखालील भागात असलेल्या २७ वसाहतींना असाच धोका निर्माण झाला आहे. त्या वसाहतींना या धोक्यापासून वाचवण्यासाठी २०१४पासून अशाच प्रकारचे प्रयत्न ५,०५० मीटर उंचीवर स्थित 'पिरॅमिड लॅब'द्वारे चालू आहेत. एव्हरेस्ट व सोलो खुम्बू परिसरातील शाश्वत व शास्त्रीय पर्यावरणाचा अभ्यास करणारी प्रयोगशाळा म्हणून प्रसिद्ध असलेल्या या लॅबसाठी २०१३मधील एव्हरेस्ट मोहिमेदरम्यान गिरिप्रेमीच्या गिर्यारोहकांनी ५,००० मीटर ते ८,००० मीटर ते एव्हरेस्ट शिखरमाथा परिसरातील विविध उंचीवरील माती, खडक यांचे नमुने पुढील अभ्यासासाठी सुपुर्द केले होते.

प्रमुख भारतीय एव्हरेस्ट मोहिमा

१९६०मध्ये ब्रिगेडियर ग्यान सिंह यांच्या नेतृत्वाखाली माउंट एव्हरेस्टवर पहिली भारतीय मोहीम आयोजित करण्यात आली. भारतीय सैन्यदलाच्या या मोहिमेदरम्यान कर्नल नरेंद्र कुमार, सोनम ग्यात्सो व शेर्पा नवांग गोम्बू यांनी ८,६०० मीटरपर्यंत, शिखरमाथ्याच्या केवळ २५० मीटर खालीपर्यंत चढाई केली; मात्र अतिशय प्रतिकूल हवामानामुळे त्यांना परतावे लागले. १९६२मध्ये भारतीय सैन्यदलाच्याच एव्हरेस्ट मोहिमेदरम्यान मोहन सिंह

कोहली, सोनम ग्यात्सो व हरी डांग या गिर्यारोहकांना शिखरमाथ्यापासून अवघ्या १२० मीटर खाली असलेल्या ठिकाणापासून अतिशय तीव्र वाऱ्यांमुळे व प्रतिकूल हवामानामुळे परतावे लागले. या दोन अयशस्वी प्रयत्नांनंतर पहिल्या दोन्ही मोहिमांचे सदस्य असलेल्या मोहन सिंह कोहली यांच्या नेतृत्वाखाली भारतीय सैन्यदलाने पुन्हा एकदा एव्हरेस्टच्या ध्यासाने १९६५मध्ये मोहीम आयोजित केली. या मोहिमेत भारतीय गिर्यारोहकांनी यश संपादन केले. २० मे रोजी लेफ्टनंट कर्नल अवतार चिमा व नवांग गोम्बू यांनी एव्हरेस्ट चढाई यशस्वी केली. दोन दिवसांनी, २२ मे रोजी सोनम ग्यात्सो, सोनम वांग्याल यांनी एव्हरेस्टचा शिखरमाथा गाठला; तर २४ मे रोजी सी. पी. व्होरा व आंग कामी शेर्पा यांनी एव्हरेस्ट शिखराला गवसणी घातली. २९ मे रोजी मेजर एच. पी. एस. अहलुवालिया, एच. सी. एस. रावत, फू दोर्जी शेर्पा यांनी एव्हरेस्टवर चढाई करत मोहिमेची यशस्वी सांगता केली.

एव्हरेस्ट चढाई इतिहासात भारतीय महिलांनी भरीव कामगिरी केली आहे. १९८४मध्ये, वयाच्या तिसाव्या वर्षी बचेंद्री पाल यांनी एव्हरेस्टवर चढाई करून 'एव्हरेस्ट शिखरचढाई करणारी पहिली भारतीय महिला' असा मान मिळविला. १९९२मध्ये संतोष यादव यांनी इंडो-तिबेटन बॉर्डर पोलीसच्या एव्हरेस्ट मोहिमेदरम्यान शिखरचढाई करत 'एव्हरेस्ट शिखरचढाई करणारी दुसरी भारतीय महिला' हा मान मिळविला. त्या यावरच थांबल्या नाहीत. एक वर्षानंतर, १९९३मध्ये पुन्हा एव्हरेस्ट शिखरचढाई करत 'दोनदा एव्हरेस्ट शिखरचढाई यशस्वी करणारी जगातील पहिली महिला' हा मान त्यांनी मिळवला. संतोष यादव यांनी त्यानंतर इतरही भारतीय एव्हरेस्ट मोहिमांमध्ये सहभाग नोंदविला.

१९९२पर्यंत भारतातून एव्हरेस्ट शिखरमाथ्यावर आयोजित मोहिमा या सरकारी होत्या. सैन्यदल, निमलष्करी दल इत्यादींच्या माध्यमातून एव्हरेस्ट शिखरचढाई मोहिमांचे आयोजन केले जात होते. सामान्य नागरिकांकडून 'नागरी एव्हरेस्ट मोहिमे'चे आयोजन केले जात नव्हते. याला अपवाद ठरली महाराष्ट्रातील एव्हरेस्ट मोहीम. १९९२मध्ये डी. टी. कुलकर्णी यांच्या नेतृत्वाखालील मोहिमेने एव्हरेस्टचे स्वप्न पाहिले. अगदी तुटपुंज्या साहित्याचा वापर करून, प्रचंड आर्थिक ओढताण सहन करून मोठ्या कष्टाने ही एव्हरेस्टवरील पहिलीवहिली भारतीय नागरी गिर्यारोहण मोहीम उभी केली. दुर्दैवाने ही मोहीम यशस्वी झाली नाही. डी. टी. कुलकर्णी व रेमंड जेकब यांचा कॅम्प-४नंतर शिखरमाथ्याकडे चढाई करत असताना बेभरवशी व लहरी हवामानामुळे मृत्यू झाला. त्यामुळे इतर गिर्यारोहकांनीदेखील परिस्थितीचा अंदाज घेऊन मोहीम आवरती घेतली. पुढे सहा वर्षानंतर, १९९८मध्ये महाराष्ट्रातील नागरी मोहिमेच्या माध्यमातूनच सुरेंद्र चव्हाण यांच्या रूपाने महाराष्ट्राला पहिला एव्हरेस्टवीर लाभला.

२०१२मध्ये गिरिप्रेमीच्या माध्यमातून माउंट एव्हरेस्टवरील भारतातील सर्वांत मोठी नागरी मोहीम यशस्वी झाली. या मोहिमेच्या यशस्वितेमुळे सामान्य भारतीय गिर्यारोहकाला एव्हरेस्ट चढाईचे स्वप्न पूर्ण करण्याचे बळ मिळाले. याचा परिणाम असा झाला की, २०१९मध्ये एव्हरेस्ट चढाई करण्यासाठी सर्वाधिक परवाने मिळवण्याच्या यादीत भारताचा पहिला क्रमांक होता.

एव्हरेस्टवरील प्रमुख अपघात

- १९९६मध्ये रॉब हॉल व स्कॉट फिशर यांच्या नेतृत्वाखालील संघ कॅम्प-४च्या वर साऊथ कोल येथे असताना अतिवेगवान वादळी वाऱ्याच्या तडाख्यात सापडल्याने ८ गिर्यारोहकांचा मृत्यू झाला. हा त्या वेळचा एव्हरेस्टवरील सर्वांत मोठा अपघात होता. या घटनेवर आधारित 'इन टू द थिन एअर' हे पुस्तक तर '१९९६,' 'एव्हरेस्ट' हे चित्रपट प्रसिद्ध झाले आहेत.

- २०१४मध्ये खुम्बू खोऱ्यात हिमप्रपात झाल्याने १६ शेर्पांचा दुर्दैवी मृत्यू झाला होता. हा अपघात इतका प्रचंड होता, की त्या वर्षी एव्हरेस्ट मोहिमा नेपाळ सरकारद्वारे अधिकृतरीत्या थांबवण्यात आल्या होत्या.

- २०१५मध्ये एप्रिल महिन्यात नेपाळमध्ये आलेल्या प्रचंड भूकंपामुळे एव्हरेस्ट परिसरात मोठा हिमप्रपात झाला, यात विविध घटनांमध्ये मिळून बावीस लोकांचा मृत्यू झाला होता. एव्हरेस्ट मोहिमांदरम्यान एकाच वर्षी मृत्यू होण्याचा हा सर्वाधिक आकडा आहे.

- आजपर्यंत अंदाजे तीनशेहून अधिक गिर्यारोहकांचा हिमप्रपात, अतिउंचीवरील आजार, दरीत कोसळणे, हिमखाईत कोसळणे इत्यादी कारणांमुळे मृत्यू झाला आहे. यांत ऊली स्टेक, स्कॉट फिशर यांसारख्या दिग्गज गिर्यारोहकांचा समावेश आहे. अतिउंचीवर मृत्यू झाल्यानंतर काही गिर्यारोहकांचे मृतदेह तिथेच आहेत, नेपाळ सरकारने ९०टक्क्यांहून अधिक मृतदेह नंतर विशेष मोहिमा आखून खाली आणले आहेत. मात्र अजूनही अतिउंचीवर, खोल दरीत किंवा वादळात हरवलेले किंवा बर्फाखाली गाडले गेलेले काही मृतदेह एव्हरेस्ट परिसरात आहेत. ८ हजार मीटर उंचीवरून मृतदेह आणण्याचे काम अत्यंत जिकिरीचे व जिवावर बेतणारे ठरू शकते. अशा कामासाठी साधारणतः ५५ ते ६० हजार अमेरिकन डॉलर्स एवढा प्रचंड खर्च येतो.

एव्हरेस्टचा बेस कॅम्प

१७ हजार ५०० फूट (५,३०० मीटर अंदाजे) उंचीवर एव्हरेस्टचा बेस कॅम्प आहे. बेस कॅम्पचीच उंची इतर काही शिखरांच्या उंचीएवढी आहे. एव्हरेस्टचा बेस कॅम्प म्हणजे एक छोटेखानी गावच. फक्त हे गाव दर वर्षी मार्च ते मे अशा तीन महिन्यांच्या कालावधीसाठी वसते. या गावात येणारे गिर्यारोहक एव्हरेस्टचे स्वप्न घेऊन येतात. दर वर्षी जवळपास एक हजार जण बेस कॅम्पवर मुक्कामाला असतात. या वर्षी हा आकडा १,५०० इतका झाला आहे. हा संपूर्ण बेस कॅम्प एका हिमनदीवर स्थित आहे. तुलनेने येथे हवामान राहण्याजोगे असते. दर वर्षी विविध रंगांचे काही शे तंबू येथे लागतात. यात राहण्याचे तंबू, डायनिंग टेंट अर्थात जेवणाचे तंबू, किचन तंबू, इतकेच काय तर प्रसाधन गृहांचेदेखील तंबू लावलेले असतात. सोबतीला असणारे शेर्पा बंधू जेवणापासून साफसफाईपर्यंत सर्वच कामांत गिर्यारोहकांना मदत करतात. येथे सतत बदलणारे हवामान सुरुवातीला नवीन वाटते. नंतर त्याची सर्वच गिर्यारोहकांना सवय होऊन जाते. साधारणतः सकाळपासून दुपारपर्यंत लख्ख प्रकाश असतो. संध्याकाळपर्यंत अनेकदा हवामान ढगाळ होते. रात्री तापमान उणे २० अंश सेल्सियस इतके कमी होणे नित्याचेच. हा बेस कॅम्प, येथील आपला तंबू हे गिर्यारोहकांचे तात्पुरते दुसरे घर असते.

बेस कॅम्पच्या विविध भागांपैकी एक म्हणजे 'एचआरए क्लिनिक'. हे क्लिनिक म्हणजे रेडक्रॉसचे चिन्ह असलेला, बेस कॅम्पवर उभा असलेला लांबट तंबू. हा तंबू म्हणजे बेस कॅम्पवर तात्पुरता उभारलेला, विशेष असा जगातील अतिउंचीवरील एकमेव दवाखाना. नेपाळमधील 'हिमालयन रेस्क्यू ऑर्गनायझेशन' या 'ना नफा ना तोटा' या तत्त्वावर चालणाऱ्या संस्थेने २००३पासून जगातील सर्वांत उंच ठिकाणी वैद्यकीय सेवेची सुरुवात केली, तेव्हापासून आजतागायत हे वैद्यकीय सेवेचे हाती घेतलेले व्रत अव्याहतपणे चालू आहे. दर वर्षी हा दवाखाना मार्चअखेर, म्हणजेच 'एव्हरेस्ट चढाई'च्या उन्हाळी मोसमाच्या सुरुवातीला कार्यान्वित होतो व मोसमाच्या शेवटी, म्हणजे मे महिन्याच्या शेवटच्या आठवड्यात किंवा जून महिन्याच्या पहिल्या आठवड्यात बंद होतो. या ठिकाणी प्रथमोपचारातून ते अगदी तातडीच्या व गरजेच्या वेळी एखादे छोटेखानी ऑपरेशन करण्याइतक्या सुविधा उपलब्ध आहेत. परदेशातील २ ते ३ व नेपाळमधील एक अशा तीन-चार अतिउंचीवरील आजारांचे उपचार करण्याचा अनुभव असलेल्या डॉक्टरांचा संघ या दोन महिन्यांच्या कालावधीत चोवीस तास सेवाभावी वृत्तीने काम करत असतो. एव्हरेस्टच्या चढाईच्या वेळी घडलेल्या कोणत्याही आपत्कालीन परिस्थितीमध्ये हा दवाखाना प्रमुख केंद्र असतो, येथूनच सर्व मदतकार्याची देखरेख केली जाते. अतिउंचीवरील वातावरणाचा एक वेगळाच परिणाम आपल्या शरीरावर होत असतो.

धडधाकट असणाऱ्या माणसांनासुद्धा इथे असे अनेक आजार उद्भवतात, जे कदाचित कमी उंचीच्या ठिकाणी निदर्शनासही येणार नाहीत. तसेच, अपघातानंतर रेस्क्यू करून आणलेल्या व्यक्तींवर ताबडतोब प्राथमिक उपचार करून पुढील कार्यवाही करण्यासाठी विशेष डॉक्टर्सची टीम बेस कॅम्पवर असण्याशिवाय गत्यंतर नसते. या सर्वांचा विचार करता, सेवाभावी वृत्तीने काम करणाऱ्या, एप्रिल व मे ही दोन महिने चोवीस तास कार्यरत असणाऱ्या, फक्त अतिउंचीवरच कार्यरत असणाऱ्या छोटेखानी दवाखान्याचा जन्म झाला. 'हिमालयन रेस्क्यू असोसिएशन, नेपाळ' या संस्थेच्या मदतीने व अमेरिकेतील प्रसिद्ध डॉक्टर डॉ. लुआन फ्रीर यांच्या पुढाकाराने बेस कॅम्पवर 'एचआरए क्लिनिक' सुरू करण्यात आले.

एव्हरेस्ट : नेपाळच्या अर्थव्यवस्थेचा श्वास

प्रत्येक देशाच्या अर्थव्यवस्थेच्या केंद्रस्थानी एखादे क्षेत्र असते, जशी भारतात प्रामुख्याने शेतीकेंद्रित अर्थव्यवस्था आहे, तशीच नेपाळची अर्थव्यवस्था ही पर्यटन व हिमालयन शिखर मोहिमा यांच्याशी जोडलेली आहे. एव्हरेस्टवर चढाई करता येणाऱ्या मार्गांपैकी 'साउथ-ईस्ट रिज'चा मार्ग हा प्रसिद्ध व पारंपरिक मार्ग आहे. १९५३मधील पहिली यशस्वी मोहीम याच मार्गाने झाली होती. हा मार्ग 'एव्हरेस्ट'च्या नेपाळ बाजूने आहे. सुरुवातीपासून गिर्यारोहकांची पसंती याच मार्गाला आहे. यामागे व इतर असंख्य हिमशिखरांच्या मागे असणारी व्यावसायिक संधी शोधून नेपाळ सरकारने चढाई परवान्यासाठी शुल्क आकारण्यास सुरुवात केली, तसेच शेर्पा एजन्सीजची निर्मिती होऊन शिखरचढाईला पूर्णपणे व्यावसायिक स्वरूप प्राप्त झाले. एके काळी मोसमामध्ये १५०च्या आसपास असणारी चढायांची संख्या गेल्या दशकामध्ये ७००च्या वर जाऊन पोहोचली. प्रति गिर्यारोहकामागे आज परवाना शुल्क १२ हजार अमेरिकी डॉलर्स, म्हणजेच अंदाजे साडेआठ लक्ष रुपये एवढे आहे. यातून नेपाळच्या अर्थव्यवस्थेला हातभार तर लागलाच; मात्र शेर्पा, एव्हरेस्ट बेस कॅम्प मार्गावर असणारे स्थानिक व्यवसाय इत्यादींमुळे अनेक रोजगार संधी उपलब्ध झाल्या. आज नेपाळच्या जी.डी.पी.च्या सुमारे आठ टक्के भाग एव्हरेस्ट व त्याला अनुसरून असलेल्या मोहिमांवर अवलंबून आहे. त्यामुळे नेपाळ सरकार जास्तीत जास्त गिर्यारोहकांना एव्हरेस्ट चढाईचा परवाना देऊ इच्छिते. त्यांच्या या भूमिकेवर अनेकदा टीका झाली आहे, मात्र नेपाळसाठी एव्हरेस्ट व गिर्यारोहण मोहिमा श्वास आहेत. त्यामुळे अशा मोहिमांवर बंदी अथवा नियंत्रण ठेवण्यावर नेपाळ सरकारचा साहजिकच भर नसतो.

कोरोनाकाळातील एव्हरेस्ट मोहीम

२०२०च्या मार्च महिन्यात कोरोना विषाणू संक्रमण जगभर पसरले. भारताप्रमाणे नेपाळनेदेखील लॉकडाऊन केला. त्यामुळे एप्रिल-मे महिन्यात आयोजित करण्यात येणाऱ्या एव्हरेस्ट व इतर शिखर मोहिमा होत्या तिथेच थांबल्या. देशाची अर्थव्यवस्था ज्या क्षेत्रावर अवलंबून आहे, त्या क्षेत्रावरच कोरोना विषाणू संक्रमणामुळे, लॉकडाऊनमुळे अतिशय विपरीत परिणाम झाला. २०२०मध्ये नेपाळने कसेबसे भागवले. २०२१मध्ये मात्र गिर्यारोहण मोहिमांचा संपूर्ण मोसमच रद्द करणे नेपाळ सरकारला शक्य नव्हते. त्यात कोरोना विषाणू संक्रमण थोड्या प्रमाणात कमी झाल्याने गिर्यारोहण मोहिमा चालू ठेवण्याचेच नेपाळने ठरवले; मात्र कोरोना विषाणू एव्हरेस्टच्या बेस कॅम्पवरदेखील पोहोचला. अनेक गिर्यारोहक व शेर्पा कोविडग्रस्त झाले. खरे तर कोरोना विषाणूचे संक्रमण लक्षात घेता व मोहिमांचे नेपाळसाठी असलेले अनन्यसाधारण महत्त्व लक्षात घेता मध्यम मार्ग म्हणून मोजक्याच गिर्यारोहकांना नेपाळ सरकार परवाने देऊ शकत होती; मात्र त्यांनी याच्या विपरीत केले. या वर्षी विक्रमी ४०८ परवाने नेपाळ सरकारने जारी केले. त्यामुळे ४०८ गिर्यारोहक, त्यांचे शेर्पा साथीदार व इतर जण असे तब्बल १५००हून अधिक जण बेस कॅम्पवर मुक्कामाला होते. यामुळे कोरोनाचा प्रसार थांबण्याऐवजी वाढतच होता. जर नेपाळ सरकारने मोहिमा थांबवल्या, तर परवाना शुल्क म्हणून जमा केलेले प्रति गिर्यारोहक १२ हजार अमेरिकन डॉलर्स गिर्यारोहकांना परत करावे लागणार होते, सोबतच इतर संलग्न व्यवसायांवरदेखील चांगलाच परिणाम होणार होता. म्हणून नेपाळ सरकार कोरोना विषाणूचे संक्रमण वाढत असतानादेखील मोहिमा चालूच ठेवण्याच्या निर्णयावर ठाम होते.

■　■　■

लेखक परिचय

उमेश झिरपे

umzirpe@gmail.com

- एव्हरेस्ट, कांचनजुंगा, अन्नपूर्णा यांसोबत जगातील चौदा अष्टहजारी शिखरांपैकी आठ शिखरांवर यशस्वी झालेल्या नागरी मोहिमांचे नेतृत्व. अशी कामगिरी करणारे ते एकमेव भारतीय

- भारतीय हिमालयातील शिवलिंग, मंदा, मेरू यांसारख्या अत्यंत दुर्गम व अवघड शिखरांवरदेखील यशस्वी मोहिमांचे नेतृत्व

- 'गिरिप्रेमी' या अग्रणी गिर्यारोहण संस्थेच्या माध्यमातून संस्थात्मक पातळीवरील गिर्यारोहण खुलविण्यात व बहरविण्यात मोलाचा वाटा

- नवीन पिढी साहस व गिर्यारोहण क्षेत्रात रममाण व्हावी, यासाठी 'गार्डियन गिरिप्रेमी इन्स्टिट्यूट ऑफ माउंटेनीयरिंग'ची स्थापना

- हाडाचे गिर्यारोहक, सर्जनशील आणि बहुआयामी व्यक्तिमत्त्व

- गिर्यारोहण करताना त्यांच्यातील विचारी माणूस अत्यंत डोळसपणे त्यांनी जागृत ठेवला. या संपूर्ण प्रवासात आलेले अनुभव ते आपल्या ओघवत्या शैलीत लोकांसमोर मांडत असतात, कधी व्याख्यानांच्या माध्यमातून, कधी दृक्‌श्राव्य माध्यमातून, तर कधी पुस्तकांमधून.